நூறு புராணங்களின் வாசல்-2

(குறுங்கதைகள்)

முபீன் சாதிகா

நன்னூல் பதிப்பகம்
மணலி-610203
திருத்துறைப்பூண்டி

நூறு புராணங்களின் வாசல் (பாகம்-2)
நூலாசிரியர்: முபீன் சாதிகா ©
முதல் பதிப்பு: டிசம்பர்-2022
பக்கங்கள்: 168

வெளியீடு:
நன்னூல் பதிப்பகம்
தொடர்பு எண்: 99436 24956
மணலி, திருத்துறைப்பூண்டி - 610 203
nannoolpathippagam@gmail.com

NOORU PURANANGALIN VAASAL (Part-2)
Author: **Mubeen Sadhika** ©
First Edition: December-2022
Pages: 168
ISBN 978-93-94414-19-8

Published by:
Nannool Pathippagam
Contact No. 99436 24956
Manali, Thiruthuraipoondi - 610203
nannoolpathippagam@gmail.com

Price: ₹ 180

அட்டை ஓவியம்: வாசுகன்
அட்டை புகைப்படம்: சாதிக் ஹசன்
அட்டை, உள்பக்க வடிவமைப்பு: சு. கதிரவன்

Printed at : ASX Printers, Chennai - 5.

சமர்ப்பணம்
அண்ணனுக்கு...

முன்னுரை

இதற்கு முன் பரிச்சயமில்லாத முபீன் சாதிகாவின் குறுங் கதைகளை நான் வாசிக்கத் தொடங்கியபோது எனக்கு முதலில் ஏற்பட்ட உணர்வு 'ஆச்சர்யம்' என்றுதான் சொல்லவேண்டும். தமிழுக்குச் சிறிதும் அறிமுகமில்லாத வடிவத்தை அவரது கதைகள் பெற்றிருப்பது மட்டுமல்ல. உள்ளடக்கத்திலும் பல புதுமைகளைக் கொண்டிருக்கின்றன.

கதைகள் அனைத்துமே எளிமையாக சொல்லப்பட்டிருக் கின்றன. கிராமத்தில் குழந்தைகளுக்கு தூக்கம் வருவதற்கு முன் பாட்டிமார்கள் சொல்கிற கதை வடிவம்தான் இது. கதைகளைக் கேட்டுவிட்டு குழந்தைகள் உறங்கிவிடும். ஆனால் அந்தக்குழந்தைகளின் கனவில் பாட்டி சொன்ன கதையில் வந்த கதாபாத்திரங்கள் திரும்பத்திரும்ப வந்து மகிழ்ச்சியையும் அச்சத்தையும் தந்து அடுத்த நாள் காலை கண் விழிக்கும்போது சிரித்துக்கொண்டும் அழுதுகொண்டும் குழந்தைகள் படுக்கை யிலிருந்து எழும். பாட்டிமார்களது கதைசொல்லல் யுக்தியின் வெற்றி அது.

முபீன் சாதிகா அத்தகைய கதை வடிவத்தைத்தான் பயன்படுத்தி இருக்கிறார். குழந்தைகளை முன்னிறுத்தி சொல்வது போல கதைகளைச் சொல்லியிருக்கிறார். ஒவ்வொரு கதையையும் ஜோடனையின்றி நேரடியாகச் சொல்கிறார். சம்பவத்தை எளிமையான வரிகளில் யாதொரு குழப்பமும் இன்றி விவரிக்கிறார். உணர்ச்சி வசப்படாமல் கதையின் போக்குக்கு என்ன தேவையோ அதை மட்டும் சொல்கிறார். படிப்பவர்கள் யார் பக்க நியாயத்தை ஆதரிக்கவேண்டும் என்று வலியுறுத்துகிற முயற்சி ஒன்றுமில்லை. சம்பவ விவரிப்பு எங்கு முடிகிறதோ அங்கேயே கதையையும் முடித்து விடுகிறார். குறுக்குவது அல்லது நீட்டுவது போன்ற முயற்சிகளை சிறிதும் செய்யவில்லை. ஆனால் வெறும் குழந்தைகளுக்காக எழுதப்பட்ட கதைகளல்ல இவை. நவீன ஓவியங்கள் தரும் பரிமாணத்தையும் அனுபவத்தையும் இதிலுள்ள பல கதைகள் நமக்கு அளிப்பதுதான் இவற்றின் சிறப்பு.

இந்த நூறு கதைகளின் ஊடாக முபீன் சாதிகா உருவாக்கியிருக்கிற பிரபஞ்சம்(UNIVERSE) பரந்துகிடக்கும் ஒன்று. பூமி மட்டுமல்ல. பல வேறு கிரகங்களையும் உள்ளடக்கியது. இதில் கதை மாந்தர்களாக வருபவர்கள் கடவுள் முருகன் மட்டுமல்ல. மனிதர்கள் வேற்றுக் கிரகவாசிகள், மிருகங்கள், பறவைகள், பூச்சிகள் மற்றும் உயிரினங்கள், காடுகள், மரங்கள், செடிகள் எல்லாமும் தான். ஆனால் முபீன் சாதிகாவின் சிறப்பு என்னவென்றால், ஆறறிவு மனிதர்கள் முதல் ஓரறிவு தாவரம் வரை எல்லோரையும் சம அந்தஸ்தில் கையாண்டிருப்பதுதான்.

பொதுவாக இதைப் போன்ற கதைகளை எழுதுவோர் கதைக் களனை ஒரு குறிப்பிட்ட காலகட்டத்தைச் சார்ந்தது என்று சொல்லாமல் பழைய காலக்கதையாக எழுதுவது வழக்கம். ஆனால் முபீன் கதைகளில் புராண காலத்தைப்போல ஒரு கிரகத்திலிருந்து வேறொரு கிரகத்துக்கு நினைத்த மாத்திரத்தில் போகமுடியும். இன்றைய காலத்து நவீன வாகனங்கள் முதல் கணினி வரை கதைப் பொருளாகவும் கொண்டு வரமுடியும். இந்தக் கதைகளை வாசிக்கும்போது 21ஆம் நூற்றாண்டுகளின் வரலாற்றில் மூழ்கி எழுந்த விவேகம் மிக்க ஒரு குழந்தை, யதார்த்த உலகத்தைக் கண்டு அதன் மாயங்களையும், பிம்பங்களையும், தரிசனங்களையும் பதிவு செய்தது போலத் தோன்றுகிறது.

இந்தக் கதைகளில் வரும் சிறுவன், சிறுமி, கணவன், மனைவி, பாட்டி, அரசன், அரசி, கடவுள் முருகன், பறவை, மரம், பூச்சி, வேற்றுக்கிரகவாசி எல்லோருமே எந்தவிதமான சிக்கலும் இல்லாமல் தம் மனம் போன விதத்தில் செயல்படுவது போல் தோன்றினாலும் அவர்களின் மூலமாக முபீன் சாதிகா வெளிப் படுத்தும் கவித்துவத்தையும் அழகுணர்ச்சியையும் கதைகளின் நெடுக நம்மால் காணமுடிகிறது.

பலகதைகள் ஒரு சாதாரணமான நிகழ்வினை சொல்வது போல் அமைந்து, அதை நாம் படித்து முடிக்கும்போது பலவிதமான பரிமாணங்கள் நமது சிந்தையில் உருவாக வழியமைத்துத் தருவதைப் பார்க்கலாம்.

'கொடுக்கு' என்றொரு கதை. பச்சை குத்திக்கொள்ள ஆசைப் பட்ட ஒரு பெண், தன் கையில் தேள் உருவத்தை பச்சைக் குத்திக்கொள்கிறாள். அடுத்த நாள் காலையில் எழுந்த போது அந்தத் தேள் சின்னம் காலுக்குச் சென்றுவிடுகிறது. பயந்து போன அவள் பச்சை குத்தியவளிடம் சென்று அதை எப்படி அழிப்பது என்று முறையிட அவள் சொல்கிறாள்: தேள் சின்னத்தை

அழிக்க ஒரே வழி, அதை அழித்துவிட்டு வேறொரு சின்னத்தை குத்திக்கொள்வதுதான் என்று. அப்படியானால் சிறிய பாம்பு சின்னத்தைத் தேள் இருந்த இடத்தில் பச்சை குத்திவிடுங்கள் என்கிறாள் அந்தப் பெண். அவள் ஆசைப்படி பாம்பின் சின்னம் பச்சை குத்தப்படுகிறது. அன்று இரவு அந்தப் பெண் நிம்மதியாக உறங்குகிறாள். அவள் கட்டிலைச்சுற்றி ஒரு பாம்பு படுத்து உறங்கியது.

இன்னொரு கதை. 'கண்கள் சொல்லும் பொய்'.

தம்பதிகளுக்குள் சண்டை வருகிறது. கணவன் கோபித்துக் கொண்டு வெளியே சென்றுவிடுகிறான். வெளியே இடி மழை. மறுநாள் மனைவி கணவனை தேடி போகிறாள். அவன் இடிமின்னலில் பார்வை இழந்தவனாக இருக்கிறான். அவனை அக்கறையோடு வீட்டிற்கு அழைத்து வருகிறாள். வீட்டிற்கு வந்தபோது அவள் கணவனைப் போலவே வேறொருவன் வீட்டினுள் அமர்ந்திருக்கிறான். என்னை மறந்துவிட்டாயா என்கிறான் அவன். அவனை பொய்யன் என்று சொல்லி வீட்டைவிட்டுத் துரத்திவிடுகிறாள். துரத்தியபின் அவன்தான் உண்மையான கணவன் என்பது அவளுக்கு புரிகிறது. தன்னுடன் கொண்டுவந்தவனை கணவனாக்கிக் கொண்டால் பிரச்னை இல்லை. பிரிதல், விவாகரத்து போன்ற எந்தப் பிரச்னையும் இல்லாமல் தனக்கு ஓர் எளிமையான தீர்வு கிடைத்திருப்பதை எண்ணிப் பெரிதும் மகிழ்ந்து போனாள்.

இரண்டு கதைகளுடைய கடைசி வரிகளைப் பாருங்கள். பல விதமான எண்ணங்களையும் பரிமாணங்களையும் அவை நம் சிந்தனையில் உருவாக்கி விடுகின்றன அல்லவா? அதுதான் அந்தக் கதைகளின் வெற்றி. இதுபோன்று பல கதைகளைச் சொல்லிக்கொண்டே போகலாம்.

முபீன் சாதிகா அடிப்படையில் ஒரு கவிஞராக இருப்பதினாலோ என்னவோ அவரது எழுத்துகளில் இறுக்கம் இருக்கிறது. கற்பனை இருக்கிறது. கவிதை இருக்கிறது. அழகியல் இருக்கிறது. எல்லாவற்றுக்கும் மேலாகச் சிந்தனை பரிமாணங்களைத் தருகிற நவீனத்துவமும் இருக்கிறது. அவரது இலக்கிய முயற்சிகள் அனைத்தும் சிறந்து விளங்க எனது அன்பான வாழ்த்துக்கள்,

டிசம்பர் 2, 2022 **ஞான ராஜசேகரன்**

என்னுரை

முதல் நூறு குறுங்கதைகள் எழுதியபோது வந்த உற்சாகமான வரவேற்புதான் இரண்டாவது முறையும் நூறு குறுங்கதைகள் எழுதத் தூண்டியது. இந்தக் கதைகளைச் சமூக வலைத்தளங்களில் பரவலான வாசகர்களுக்குச் சென்று சேர்க்க முடிந்தது. இந்தக் கதைகளை வாசிப்பவர்கள் அனைவரும் சொல்வது போல வேறொரு உலகத்தில் சஞ்சரித்து வருவதற்கான ஒரு புதிய பரிமாணமாக இந்தக் கதைகளைப் படைப்பதற்கு உண்மையில் எனக்குப் பெரிய முயற்சி எதுவும் தேவைப்படவில்லை. இந்தக் கதைகள் அவ்வப்போது நான் பார்க்கின்ற, கேட்கின்ற செய்திகளை வைத்து உருவாக்கியவைதான். எனக்கு இந்தக் கதைகளை எழுதி முடித்தபின் வாசிக்கும்போது ஆர்வத்தைத் தூண்டினால் வாசகருக்கும் அது பிடிக்கும் என்பதை அளவுகோலாக வைத்திருந்தேன்.

சில கதைகளை எழுதும் போது மிகவும் நுட்பமாக எழுத வேண்டிய நிலை இருந்தது. குறிப்பாக மூன்றாம் பாலினத்தவர்கள் பற்றிய கதைகளை நடுநிலையோடு எழுதவேண்டியதை உணர்ந்து எழுதியது ஒரு நல்ல அனுபவமாக இருந்தது. நம்மைச் சுற்றியும் நமக்கு அப்பாலும் ஏராளமான கதைகள் உலவிக் கொண்டிருக்கின்றன. அவற்றைச் சரியான மொழியில் கையகப்படுத்திவிட்டால் வாசகரை அடைவது எளிது. இதுதான் இந்தக் கதைகளை எழுதும்போது நான் கற்றுக் கொண்ட பாடம்.

நன்னூல் இதழுக்காக முதல் முறை இயக்குநரும் முன்னாள் ஐஏஎஸ் அதிகாரியுமான திரு.ஞான ராஜசேகரனிடம் பேசிய போது மிகவும் எளிமையாக எந்தத் தங்குத் தடையும் இன்றி பேசினார். அவருடைய நேர்காணலும் அத்தனை சிறப்பாக அமைந்தது. அவரை நேரில் சந்தித்து இந்த நூலுக்கான முன்னுரையை எழுதிக் கொடுக்கக் கேட்டபோது உடனடியாக

ஒப்புக்கொண்டார். அவர் சொன்ன நேரத்தில் சரியாக எழுதியும் கொடுத்துவிட்டார். திட்டமிட்டுச் செயல்படுவதும் தமிழுக்கான படைப்புத் திறனைக் கண்டுகொள்வதும் புதிய படைப்பாக்கங்களில் ஈடுபடுவதும் அவருடைய சிறப்பான இயல்புகளாக இருப்பதைக் கண்டு பெரும் மகிழ்ச்சியாக இருந்தது. என் குறுங்கதைகளை வாசித்து அழகான முன்னுரையை எழுதிக் கொடுத்த திரு.ஞான ராஜசேகரன் அவர்களுக்கு என் மனமார்ந்த நன்றிகள்.

நன்னூல் பதிப்பகத்தில் இந்த நூல் வருவது எனக்கு மிகவும் மகிழ்ச்சியான ஒன்று. முதல் நூலைப் பல வாசகர்களைச் சென்றடையச் செய்த இந்தப் பதிப்பகம், அடுத்த நூலையும் அதேபோல் பரவலான விநியோகத்திற்கு வழிவகுக்கும் என்ற நம்பிக்கை இருக்கிறது. பல புதிய எழுத்தாளர்களை ஊக்குவிக்கும் நன்னூல் பதிப்பகத்தின் உரிமையாளர் மணலி.எஸ். அப்துல் காதர் அவர்களுக்கு என் உளமார்ந்த நன்றிகள்.

இந்த நூலுக்கு அட்டை வடிவமைக்க வேண்டும் எனச் சொன்னவுடன் கதைகளை அனுப்பச் சொல்லி அவற்றை வாசித்து அழகான ஓவியத்தை வரைந்து கொடுத்த பிரான்சில் இருக்கும் இலங்கை ஓவியர் திரு. வாசுகன் அவர்களுக்கு என் நன்றிகள் பல.

இந்த நூலையையும் அட்டையையும் அழகாக வடிவமைத்துக் கொடுத்த கதிரவனுக்கும் என் நெஞ்சார்ந்த நன்றிகள். நன்னூல் பதிப்பகத்தின் சார்பாக இந்த நூலை வடிவமைத்து, பதிப்பித்துக் கொடுத்த நண்பர்கள் அனைவருக்கும் எப்போதும் என் நன்றிகளை உரித்தாக்குகிறேன்.

03.12.2022
சென்னை

முபீன் சாதிகா
mubeensadhika@gmail.com

பொருளடக்கம்

1.	தந்தை	...	15
2.	சுவர்	...	16
3.	பாசி எந்திரம்	...	17
4.	வளர்ச்சி	...	18
5.	கண்ணாடிப் பெண்	...	20
6.	ரயில் பூச்சி வண்டி	...	21
7.	தவளை	...	23
8.	குரங்கு	...	24
9.	ஓலம்	...	25
10.	பூ வாசம்	...	26
11.	மரவிலங்கு	...	27
12.	ஏழு காடுகள்	...	28
13.	கத்தியுடன் ஒரு பெண்	...	29
14.	கண்கள் சொல்லும் பொய்	...	30
15.	வித்தை	...	31
16.	கொடுக்கு	...	32
17.	துப்பாக்கிப் பயிற்சி	...	33
18.	மாயமரம்	...	34
19.	சிறுவன்/சிறுமி	...	35
20.	மறதி	...	36
21.	வாள்	...	37
22.	வரலாறு	...	38
23.	சுந்தரத்தம்மாள்	...	40
24.	தலையில் பூ	...	42
25.	கட்டிடம்	...	44

26.	விலங்கு	...	45
27.	வண்ணமயில்	...	47
28.	மஞ்சள் பறவை	...	48
29.	இரும்புக் கை	...	49
30.	சிறை	...	51
31.	ஓவியம்	...	53
32.	நாய்	...	54
33.	திரைப்படம்	...	55
34.	பூ	...	57
35.	ஈர்ப்பு விசை	...	59
36.	கண்காணிப்பு	...	61
37.	மிட்டாய்	...	63
38.	பாம்புப் பெண்	...	64
39.	உருவம்	...	66
40.	ஒரு நாள்	...	67
41.	குமிழி	...	69
42.	ஒட்டுநர்	...	71
43.	குரல்	...	72
44.	ரத்த யுத்தம்	...	73
45.	படம்	...	74
46.	காலப்பயணம்	...	75
47.	தண்டனை	...	77
48.	மாத்திரை	...	79
49.	பரிமாற்றம்	...	80
50.	சிலந்தி வலை	...	82

51.	முகாம்	...	84
52.	தொடர்பு	...	86
53.	இலை மீன்	...	88
54.	அதிர்வு	...	90
55.	பணம்	...	92
56.	திரவம்	...	94
57.	அம்மா	...	95
58.	கண்டுபிடிப்பு	...	97
59.	கிரிக்கெட் வீரர்	...	98
60.	புதிர்ப் பாதை	...	99
61.	பட்டாசு	...	101
62.	இளவரசி	...	103
63.	ஒலிப்பதிவு	...	105
64.	மழை	...	107
65.	நான் எனும் உயிரி	...	109
66.	சிறுவன்	...	111
67.	பாதுகாப்பு	...	113
68.	துப்பறிதல்	...	115
69.	பாட்டி சொல்லாத பத்துக் கதைகள் (69–78)	...	117
79.	சதுரங்கம்	...	128
80.	மகள்	...	130

81.	பகை	... 132
82.	சங்கேதம்	... 134
83.	ஆசை	... 136
84.	கழுகு	... 138
85.	பறவை	... 140
86.	வணிகம்	... 141
87.	கடற் பயணம்	... 143
88.	திருமணம்	... 145
89.	மாற்றம்	... 147
90.	சாதனை	... 149
91.	பூச்சி	... 151
92.	சண்டை	... 152
93.	வாகனம்	... 154
94.	தாயம்	... 156
95.	ஊடுருவல்	... 158
96.	என்கி எனும் நூலின் வாசகம்	... 160
97.	பொருத்தம்	... 162
98.	ஆய்வு	... 163
99.	பூனை உலகம்	... 164
100.	365	... 166

தந்தை

என்னைப் பற்றி என் தந்தை எழுதி வைத்திருந்த ஜோதிடக் குறிப்பு ஒன்றைத் தேடிக் கொண்டிருந்தேன். எனக்கு நடக்கப் போகும் நல்லதையும் தீயதையும் தெரிந்துகொள்ளும் ஆவலில் அதைத் தேடினேன். அப்போது ஒரு பழைய பெட்டி தென்பட்டது. அதில் இருக்கலாம் எனத் திறந்தபோது, ஒரே புகையாய் வந்தது. அந்தப் புகை மறைந்தவுடன் அதில் சிறிய உலகம் ஒன்று விரிந்தது. என் தந்தை வெள்ளையான ஆடை ஒன்றை அணிந்து பெரிய மாளிகையின் மாடம் போல் இருக்கும் ஓர் இடத்தில் அமர்ந்திருக்கிறார். என் அம்மா அவருக்கு அருகில் அதேபோல் உடை யணிந்து அமர்ந்திருந்தாள். கிளிகள் அங்குமிங்கும் பறந்து கொண்டிருந்ததும் தெரிந்தது. அழகான பூக்கள் கொண்ட கொடிகள் அந்த மாடத்தில் தவழ்ந்துகொண்டிருந்தன. அது ஏதோ ஓர் அவைபோல் தெரிந்தது. இன்னும் சிலரும் இதே போன்ற உடையுடன் அமர்ந்திருந்தார்கள். ஒருவர் எழுந்து என் பெயரைச் சொன்னார். என் தந்தை எழுந்து என் மகனை இன்னும் சில காலம் அந்தப் பூமியில் வாழ அனுமதிக்க வேண்டுகிறேன். அவனுடைய கடமைகள் இன்னும் முடியவில்லை. இப்போதே அழைத்தால் அவனை நம்பியிருக்கும் உயிர்கள் பாதிக்கப்படும். அவன் இன்னும் கொஞ்ச காலம் இருக்க நான் எதையும் செய்ய ஆயத்தமாக உள்ளேன் என்றார். அதைக் கேட்ட அந்தச் சபையின் நடுவில் இருந்தவர் எல்லோருக்கும் இது போன்ற கடமைகள் இருக்கும். எல்லோரையும் இதுபோல் விட்டுவிட முடியாது. ஏற்கனவே உங்கள் மகன் பூமியில் அதிகமான காலம் இருந்துவிட்டார். எனவே மேலும் காலத்தை நீட்டிக்க முடியாது என்று சொன்னார். அப்படி நீட்டிக்க நான் என்ன பரிகாரம் செய்யவேண்டும் என்று தந்தைக் கேட்டார். உங்கள் மகனை இங்கு அனுப்பிவிட்டு நீங்கள் அவன் இடத்தில் அங்கே இருங்கள் எனத் தீர்ப்பளிக்கப்பட்டது. அந்தக் காட்சியைப் பார்த்துக் கொண்டிருந்த நான் பெட்டியை மூடினேன். அப்பாவின் உடைகளை எடுத்துப் போட்டுக் கொண்டேன். அன்று இரவு அப்பா என் அறைக்கு வந்தார். என் உடைகளை அணிந்திருந்தார். என்னை எழுப்பி வீட்டுக்கு வெளியில் செல்லுமாறு கூறி கதவை அடைத்தார். இருள் என்னைக் கரைத்துவிட்டது. காலையில் அந்தப் பழைய பெட்டியை எடுத்துக் கிணற்றில் போட்டார் அப்பா. ●

முபீன் சாதிகா

சுவர்

அந்த அறையில்தான் எப்போதும் இருக்கிறாள் அவள். அந்தச் சுவர்களுக்கு அவளைப் பற்றி எல்லாம் தெரியும். அந்தச் சுவர்கள் மட்டுமே அவளுக்குத் துணை என எண்ணிக் கொண்டிருந்தாள். அதை நினைத்து அப்படியே உறங்கிவிட்டாள். இரவு மிகவும் இறுக்கமாக இருந்ததால் எழுந்து பார்த்தாள். சுவர்கள் அவளை நெருங்கி வந்துவிட்டிருந்தன. ஏன் இப்படி நெருங்கி வந்திருக்கின்றன என்று கேட்டாள். அவளைக் கொல்வதற்காக என்றன. என்ன காரணம் என்றாள். அவளை அந்தச் சுவர்கள் வேவு பார்ப்பதை வெளியே சொல்லித் திரிகிறாள் மற்றும் அப்படி வேவு பார்ப்பதைக் கண்டுபிடித்துவிட்ட இறுமாப்புடன் இருப்பதாகவும் கூறி அதற்காகத்தான் கொல்ல முடிவெடுத்திருப்பதாகக் கூறின. இறுமாப்பைக் கைவிட்டால் கொல்லாமல் இருப்பது சாத்தியமா என்று கேட்டாள். புறத்தில் இருப்பவர்கள் சொல்வதை வைத்தே அதைக் குறித்து முடிவு செய்ய முடியும் என்றன. அரணாக நிற்கும் சுவர்கள் புறத்தில் இருப்பவர்களின் பேச்சைக் கேட்டு நடப்பது அழகல்ல என்றாள். புறத்தில் இருப்பவர்களுக்கு அவை விசுவாசமாக இருப்பதாகவும் அதனால் அவர்களின் பேச்சுதான் முக்கியம் என்றும் கூறின. தன்னுடைய செயல்களை மட்டுமே அவைகளால் வேவு பார்க்க முடியும் தான் சிந்திப்பதை வேவு பார்க்க முடியாதே என்றாள். இந்த ஒரு காரணத்திற்காக அவளைக் கொல்லாமல் இருக்க முடியுமா எனக் கேட்டுச் சொல்வதாகக் கூறின. சில மணித்துளிகள் கழித்து கொல்லாமல் விட்டுவிடப் போவதாகவும், ஆனால் இப்படி நெருக்கிக் கொண்டே இருக்கப் போவதாகவும், இந்தக் குறுகிய இடத்தில்தான் இனி அவள் வாழவேண்டும் என்றும் கூறிவிட்டன. வெளியே போக அனுமதி உண்டா என்றாள். அவை ஆமோதித்தன. அப்போது வெளியே வந்தவள் இதுவரை சுவர்களுக்கு நடுவில் வாழ்வதைக் கைவிட்டாள். ●

பாசி எந்திரம்

ஒரு சிறிய பாசி அளவே உள்ள ஓர் எந்திரத்தைச் செய்து ஒரு கல்லில் சிறிய துளையிட்டு அதற்குள் செலுத்தினான். சில நாட்கள் கழித்துப் பார்த்தால் அந்தக் கல் பெரிதாகி இருந்தது. இன்னும் சில நாள்களில் அது பெரிய பாறையாகியிருந்தது. இன்னும் சில நாள்களில் பாறைக் கோளம் ஆகியிருந்தது. அதனை மெதுவாக மேல் எழுப்பி அந்தரத்தில் நிற்கவைத்தான். அது இன்னும் பெரிதானது. அப்படியே மிதந்து வானத்தில் சென்று மறைந்தது. ஒரு விண்மீனைச் சுற்றி வந்தது. பாசி எந்திரம் விதைகளை உருவாக்கி அந்தப் பாறையில் தூவியது. செடி முளைத்தது. பாசி எந்திரம் ஒரு செல் உயிரினங்களைப் பரவவிட்டது. அவைப் பல்கிப் பெருகின. அந்தச் செடிகள், கொடிகள், விலங்குகள் மற்ற உயிரினங்கள் எல்லாமே விநோதமான வடிவத்தில் இருந்தன. ஒரு புதிய கிரகத்தை இந்த வகையில் பாசி எந்திரம் கட்டமைத்தது. அந்த வீண்மீனைச் சுற்றி வந்து கொண்டிருந்த இந்தக் கிரகத்தை பாசி எந்திரத்தைக் கட்டமைத்தவன் கண்காணித்துக் கொண்டிருந்தான். அப்போது மற்றொரு கிரகம் இந்தக் கிரகத்தின் வட்டப்பாதையில் வந்து கொண்டிருந்தது. இன்னும் சில நாள்களில் இரண்டும் மோதிவிடும். தான் உருவாக்கிய கிரகம் காணாமல் போய்விடும் என்று பார்த்தவுடன் இதைத் தடுக்க என்ன செய்வது என்று யோசித்தான். தன் கிரகத்தை மீண்டும் சிறிய கல்லாக்கினால் அந்த விநோதமான உயிரினங்கள் அழிந்துவிடும். கிரகத்தின் பாதையை மாற்றி அமைப்பது இப்போது முடியாத காரியமாக இருந்தது. பாசி எந்திரத்தை புதிதாக வந்து கொண்டிருந்த கிரகத்திற்குப் பறந்து போகச் செய்தான். அந்தக் கிரகத்தைப் பாசி எந்திரத்தின் உதவியால் சிறிய கல்லாக்கினான். அது விண்வெளியில் காணாமல் போனது. ●

வளர்ச்சி

அவனுக்குப் பிடித்தப் பொருட்கள் தேவை என்றால் உடனடியாக அவனது கை மிக நீளமாக வளர்ந்துவிடும். அந்தப் பொருளை எடுத்துக் கொண்டு பழையபடி மீண்டும் முன்பிருந்த நிலைக்கே வந்துவிடும். அதேபோல் அவன் திருடியதைப் பார்த்து யாராவது துரத்தினால் கால்கள் நீண்டு வளர்ந்துவிடும். மலையைக் கூடத் தாண்டிச் சென்றுவிடுவான். ஒரே இடத்தில் இருந்து திருடினால் அடையாளம் காணப்படுவான் எனப் பல இடங்களுக்கும் சென்று திருடிக் கொண்டிருந்தான். ஒரு நாள் ஒரு குழந்தை ஒரு கடை முன் அழுது கொண்டு நின்றிருந்து. அதனிடம் சென்று என்ன வேண்டும் எனக் கேட்டான். எதிரில் இருந்தக் கடையைக் காட்டி அங்கிருந்த ஒரு பொம்மையைத் தொட்டுப் பார்க்கவேண்டும் என்றது. இது என்ன பெரிய காரியம் என வழக்கம் போல கையை நீட்டி அந்தப் பொம்மையை எடுத்து அந்தக் குழந்தையிடம் கொடுத்தான். அது தொட்டுப் பார்த்துவிட்டுக் கொடுத்துவிட்டது. அந்தப் பொம்மையை அந்தக் குழந்தையிடமே கொடுத்து வைத்துக் கொள்ளச் சொன்னான். அப்படிச் செய்வது திருட்டுத்தனம். வாங்கிக் கொடுத்தால் வைத்துக் கொள்வதாக அந்தக் குழந்தைச் சொன்னது. அப்போதுதான் அவனுக்குத் தன்னுடைய திருடும் புத்தியால் அந்தக் குழந்தையிடம் பட்ட அவமானம் பெரிதாகத் தோன்றியது. அத்துடன் இனி திருடக் கூடாது எனவும் தன்னுடைய வளர்ச்சியை நல்ல காரியங்களுக்குப் பயன்படுத்த வேண்டும் எனவும் நினைத்தான். அப்போது ஒரு மரத்திலிருந்து பறவை பெரிதும் கத்திக் கதறியது. அதனுடைய குஞ்சை ஒரு பருந்து தூக்கிக் கொண்டு பறந்துகொண்டிருந்தது. உடனடியாக இவன் தன்னுடைய கையை நீளமாக்கி அந்தப் பருந்தைப் பிடித்து அதன் வாயிலிருந்த குஞ்சை எடுத்து அந்தப் பறவையின் கூட்டில் வைத்தான். இதைப் பார்த்துக் கொண்டிருந்த பலர் அவனைப் பெரிதும் பாராட்டினர். ஒரு சிறிய நல்ல காரியம் செய்தால் கூட இத்தனைப் பாராட்டுகள் கிடைக்கின்றனவே என நினைத்துப் புளங்காகிதம் அடைந்தான். ஆனால் அவனுக்கு

என்ன வேலை செய்யவும் பிடிக்காமல் இருந்தது. சோர்ந்து ஒரு பள்ளிக்கு எதிரில் அமர்ந்துவிட்டான். அப்போது அந்தப் பள்ளியின் மேற்கூரையில் தீப்பற்றிக் கொழுந்துவிட்டு எரியத் தொடங்கியது. அதைப் பார்த்தவுடன் ஓடிவந்து அங்கிருந்த குழந்தைகளைத் தன் நீண்ட கைகளால் லாவகமாகத் தூக்கித் தூக்கி வெளியில் போட்டு அனைவரையும் காப்பாற்றிவிட்டான். அவர்களின் பெற்றோர் வந்து அவன் செய்த உதவிக்குக் கண்ணீர் மல்க நன்றி தெரிவித்தனர். அந்தப் பள்ளியின் விடுதி காப்பாளராக அவனுக்கு வேலையும் கிடைத்தது. அவ்வப்போது எங்காவது வெளியில் சென்றால் தன் திருடும் தொழில் நினைவுக்கு வந்தது. கட்டுப்படுத்திக் கொண்டு வேலையில் தொடர்ந்தான். ●

கண்ணாடிப் பெண்

அந்த அருங்காட்சியகத்தில் கண்ணாடியாலான சிற்பங்கள் காட்சிக்கு வைக்கப்பட்டிருந்தன. அந்த அருங்காட்சியகத்தைக் காண வந்த அவன் கண்ணாடியால் செய்யப்பட்ட ஒரு பெண்ணின் சிற்பத்தைக் கண்டவுடன் அங்கேயே நின்றுவிட்டான். அது போன்ற அழகான ஒரு பெண் தனக்குக் கிடைத்தால் எத்தனை அருமையான வாழ்க்கை அமையும் எனக் கனவு கண்டான். அந்தக் கண்ணாடிப் பெண்ணிடம் பேசிப் பார்க்க நினைத்தான். அவள் இருந்த பேழையின் அருகில் சென்று தன்னுடன் அவள் வர விருப்பமா என்று கேட்டான். அவள் அன்று இரவு அங்கு நடக்கும் விருந்துக்கு அவனை வரச் சொல்லி அழைத்தாள். இரவு அருங்காட்சியகம் மூடிவிடுவார்கள் என்பதால் அங்கேயே மறைந்து இருந்துகொண்டான். இரவு எல்லாச் சிற்பங்களும் அங்கு உயிர் பெற்றன. அங்குப் பெரிய கொண்டாட்டம் தொடங்கியது. இவன் மறைந்திருந்து அதைக் கவனித்தான். அந்தக் கண்ணாடிப் பெண் மற்றொரு கண்ணாடி ஆணுடன் பாலே நடனம் ஆடினாள். அவர்கள் இருவரும் கொஞ்சம் ஒதுங்கி அமர்ந்து பேசத் தொடங்கினார்கள். இவன் அவர்கள் இருந்த இடத்தை நோக்கி மெதுவாக நகர்ந்தான். ஒருவன் தன்னுடன் வருமாறு அழைத்திருப்பதாக அவள் சொன்னாள். கண்ணாடி ஆண் அவனைத் திருமணம் செய்துகொள்ளப் போகிறாயா என்று கேட்டான். அவன் விரும்பினால் செய்து கொள்ளலாம் என நினைப்பதாகக் கூறினாள். அவனை ஒரு நாள் இந்த அருங்காட்சியகத்தில் சிலையாக வந்து நிற்கச் சொல் அதன் பின் முடிவெடு என்றான். ஏன் என்று கேட்டாள். இந்த அருங்காட்சியகத்தில் பலரும் வந்து உன்னைப் பார்க்கிறார்கள். உன் புகழ் உலகெங்கும் பரவுகிறது. அவனுடன் இருந்தால் அது ஒரு பெரிய சிறையாகிவிடும். அந்த வாழ்க்கை உனக்கு இனிக்காது. அதனால்தான் அவன் இந்த அருங்காட்சியக வாழ்க்கையை ஏற்பது கடினம் அப்படித்தான் அவனுடன் இருக்கும் வாழ்க்கையை ஏற்பது உனக்குக் கடினம் என்றான். கண்ணாடி ஆண் சொன்னது அவளுக்குச் சரியென்று தோன்றியது. அடுத்த நாள் அவன் வருவானா என்று காத்திருந்தாள். அவனோ ஒரு நாள் சிலையாகி அதன் பின் மீள்வது சிரமமாகிவிட்டால் என்ன செய்வது என நினைத்து இனி அந்த அருங்காட்சியகம் பக்கம் போகவே வேண்டாமென்று முடிவெடுத்திருந்தான். ●

ரயில் பூச்சி வண்டி

அவன் அந்தக் காட்டுக்குள் நுழைந்து பல புதிய விலங்குகள் குறித்த ஆய்வைத் தொடங்கினான். மலை உச்சியிலிருந்து பார்த்த போது கீழே ஒரு ரயில் நின்றுகொண்டிருந்தது. உடனே கீழே இறங்கி வந்து பார்த்தான். அது ரயில் அல்ல ரயில் பூச்சி என்று புரிந்தது. ரயில் போன்ற அளவுக்குப் பெரிதாக வளர்ந்துவிட்டது என்று தெரிந்துகொண்டான். ஆனால் அது நகர முடியாமல் நின்றுவிட்டது என்பதும் அவனுக்குப் புரிந்தது. அப்போது அதன் அடியிலிருந்து வந்த சிறிய ரயில் பூச்சி அவனிடம் அந்த ரயில் பூச்சியை மீண்டும் அவனால் உயிர்ப்பிக்க முடியுமா என்று கேட்டது. இந்த ரயில் பூச்சி, ஒரு ரயிலைப் பார்த்து அதேபோல் வளர்ந்து காட்டை வலம் வர விரும்பியது. அதனால் தவமிருந்து முருகனிடம் அருள் பெற்று இத்தனைப் பெரிதாக வளர்ந்ததாகச் சொன்னது. அது ஏன் நின்றுவிட்டது என்று அவன் விசாரித்தான். பல விலங்குகளை ஏற்றிக் கொண்டு காட்டைச் சுற்றிக் காட்டியது. அதில் அவை இதனைக் கொண்டாடின. அதனால் இதனை விட சிறப்பான தன்மை கொண்ட விலங்கு இனி வரமுடியாது என்று இறுமாப்புக் கொண்டு அலைந்ததால் இதனை ஒரே இடத்தில் முருகன் நிறுத்திவிட்டதாகச் சொன்னது. தன்னால் இயன்றதைச் செய்வதாகச் சொல்லிவிட்டு அந்தக் காட்டைச் சுற்றி வந்தான். அங்கிருந்த மலை மீது ஏறினான். அதன் உச்சியில் ஒரு சிறிய முருகன் சிலை இருந்தது. அதன் அருகே சென்று அந்த ரயில் பூச்சியை மீண்டும் உயிர்ப்பிக்க வேண்டினான். அந்த ரயில் பூச்சியை உயிர்ப்பிக்க வேண்டும் என்றால் அவன் அந்தக் காட்டிலேயே இருந்து அதனை வழி நடத்தவேண்டும் என்றான் முருகன். அவன் அந்தக் காட்டை விட்டுச் சென்றால் ரயில் பூச்சி நின்றுவிடும் என்றான் முருகன். அந்த ரயில் பூச்சியைத் தானே வைத்துக் கொள்வதாகவும் தன்னுடன் அழைத்துச் சென்று விடுவதாகவும் அவன் சொன்னான். முருகன் அதற்கு இசைவு கொடுத்தான். கீழே இறங்கி வந்து ரயில் பூச்சியைத் தொட்டவுடன் அது உயிர் பெற்றது. அதன் மீது ஏறி அமர்ந்து அந்தக் காட்டை விட்டு வெளியே வந்தான். ரயில் பூச்சி மீது ஏறி இவன் நகர்வதை அதிசயத்துடன் அனைவரும் பார்த்தனர். தன் வீட்டுக்கு வந்து

ரயில் பூச்சியிலிருந்து இறங்கினான். ரயில் பூச்சி நின்றுவிட்டது. அவன் மீண்டும் ஏறினால்தான் அது நகர்ந்தது. ரயில் பூச்சிக்கு நகருக்குள் வந்துவிட்டது மகிழ்ச்சி அளித்தாலும் அவ்வப்போது இப்படி நின்றுவிடுவது பெரும் தொல்லையாக இருந்தது. அதைப் பார்க்க வந்தவர்கள் அதனைத் தொல்லைப்படுத்தினார்கள். அதற்கு எந்த எதிர்வினையும் ஆற்ற முடியாமல் சிலைபோல் நிற்க வேண்டியிருந்தது. அவனிடம் தன்னை மீண்டும் காட்டிலேயே விட்டுவிடுமாறு கூறியது. காட்டில் விட்டால் அது நகர முடியாது என்றான். நாட்டிற்குள் இருப்பதைவிட காட்டில் நின்றுவிடுவதையே தான் விரும்புவதாகச் சொல்லிவிட்டது. அவனும் மீண்டும் காட்டுக்குக் கொண்டுசென்று அதை விட்டுவந்துவிட்டான். ●

தவளை

அவள் பல நாள்களாக இரவில் ஒலிக்கும் அந்த இனியப் பாடலைக் கேட்டுக் கொண்டிருந்தாள். அதைப் பாடுபவனின் குரலில் அவள் மயங்கிவிட்டாள். எப்படியாவது அவனைத் திருமணம் புரிந்துகொள்ள வேண்டும் என முடிவெடுத்தாள். இத்தனை அழகான குரல் உடையவன் எப்படி இருப்பான் என்று கற்பனை செய்தாள். அந்த மனிதனைக் காதலிக்கத் தொடங்கினாள். அவனிடம் பேசினாள். அவனைப் பார்க்கப் பெரிதும் விரும்பினாள். அந்தக் குரல் எங்கிருந்து வருகிறது எனத் தேடி அலைந்தாள். அது அவள் வீட்டருகில் இருக்கும் ஒரு காட்டிலிருந்து வருகிறது எனத் தெரிந்துகொண்டாள். அந்தக் காட்டில் நுழைந்து தேடிக் கொண்டே போனாள். அப்போது ஒரு குளம் வந்தது. அந்தக் குளம் அருகே நின்றாள். அந்தப் பாடல் அப்போது தெளிவாக ஒலித்தது. அந்த இசை அற்புதமாக இருந்தது. இப்படி அழகாகப் பாடுபவரைத் தான் பார்க்கவேண்டும் என்று உரத்துச் சொன்னாள். ஒரு தவளை அந்தக் குளத்திலிருந்து துள்ளிக் குதித்து அவளிடம் வந்து நின்றது. அந்தப் பாடல் நின்றது. அவள் அந்தத் தவளையை உற்று நோக்கினாள். அது மீண்டும் அதே பாடலைப் பாடத் தொடங்கியது. அவளுக்குப் பெருத்த ஏமாற்றம் வந்தது. தான் இதுவரை ரசித்துக் கொண்டும் காதலித்துக் கொண்டும் இருந்தது ஒரு தவளையைத்தான் என்பதை அவளால் ஏற்க முடியவில்லை. அந்தத் தவளையை எப்படி மணமுடிப்பது என்று நினைத்துக் கொண்டு திரும்பிச் செல்ல முடிவெடுத்தாள். அந்தத் தவளை அவளிடம் ஏன் தன்னை அவள் திருமணம் புரியத் தயங்குகிறாள் என்று கேட்டது. அவளுக்குத் தன் ஏமாற்றத்தைச் சொல்ல முடியவில்லை. அது அவளிடம் தன்னை அழைத்துக் கொண்டு செல்லுமாறும் அவள் வீட்டருகில் ஒரு சிறிய குளம் அமைத்து தன்னை வளர்க்குமாறும் கூறியது. அவளும் தவளையை அழைத்துக் கொண்டு வந்தாள். குளம் அமைத்தாள். அதுவும் இனிமையாகப் பாடிக் கொண்டிருந்தது. அவளால் அதனைத் தவிர்த்து வேறு யாரையும் மணமுடிக்க விருப்பமும் இல்லை. என்ன செய்வது என்று தெரியாமல் முருகனை வேண்டினாள். தன்னைத் தவளையாக்கக் கேட்டாள். அந்தக் குளத்தில் இரு குரல்கள் இனிமையாகப் பாடத் தொடங்கின. ●

முபீன் சாதிகா

குரங்கு

காட்டில் மரம் வெட்ட சென்றிருந்தான் அவன். மதியம் மரத்தில் ஏறி அமர்ந்து தூங்கிவிட்டான். ஆழ்ந்த தூக்கத்தில் சறுக்கிக் கீழே விழுந்துவிட்டான். அதில் அவனது கழுத்து பின்னோக்கித் திரும்பிவிட்டது. எவ்வளவு முயற்சி செய்தும் அவன் கழுத்தும் தலையும் முன்னோக்கி வரவே இல்லை. பல மருத்துவ மனைகளுக்குச் சென்றான். யாராலும் அதைத் திருப்ப முடிய வில்லை. அப்படி திருப்ப வேண்டும் என்றால் அவன் கழுத்தை வெட்டி மீண்டும் இணைக்க வேண்டும் என்றும் அப்படிச் செய்கையில் அவன் உயிர் இழக்க நேரிடலாம் என்றும் கூறி விட்டார்கள். அவன் பெரும் சோர்வுற்று மீண்டும் அதே காட்டிற்கு வந்து தான் விழுந்த மரத்தடியில் அமர்ந்துவிட்டான். அப்போது மேலே அமர்ந்திருந்த ஒரு குரங்கு அவன் அருகே ஒரே பாய்ச்சலில் வந்து நின்றது. அதன் கையில் ஒரு வாழைப் பழம் இருந்தது. அதனை அவன் தலைக்கு மேலே உயர்த்தி வலது பக்கத்திலிருந்து இடது பக்கம் நோக்கி நகர்த்திக் காட்டியது. அதை அண்ணாந்து பார்த்தான் அவன். இப்படியே பல முறை செய்தது. ஒரு முறை சலிப்புற்று அவன் கீழே குனிந்தான். அவன் கழுத்து வலப்புறமாகப் பாதி அளவு திரும்பிவிட்டது. மீண்டும் அந்தக் குரங்கு அந்தப் பழத்தை அவன் தலைக்கு மேல் இடதுபுறத்திலிருந்து வலது புறமாக நகர்த்திக் காட்டியது. அதை அண்ணாந்து பார்த்தான். இதை பல முறை செய்தது. அவன் கழுத்துவலியால் மீண்டும் சட்டென்று திரும்பினான். அவன் கழுத்து மீண்டும் முன்னோக்கி வந்துவிட்டது. அவனுக்கு ஆச்சரியம் தாளவில்லை. தனக்குப் பழையபடி கழுத்தைத் திருப்ப முடிவதும் எந்த வலியும் இல்லாமல் போனதும் அவனுக்கு பெரும் மகிழ்ச்சியைத் தந்தன. அந்தக் குரங்கை அக்கம்பக்கம் தேடினான். அது மறைந்து போயிருந்தது. அது வைத்திருந்த வாழைப்பழம் அவன் அருகில் கிடந்தது. ●

ஓலம்

அவளுக்கு தன்னுடைய மகன் இரவில் எழுப்பும் ஓலம் பற்றிய கவலை ஆட்டிப் படைத்தது. அவன் பிறந்ததிலிருந்து இந்த ஓலத்தை இரவில் எழுப்பத் தொடங்கினான். அவள் எவ்வளவு சமாதானம் செய்தாலும் நள்ளிரவில் அவன் ஓலம் தொடங்கிவிடும். அவன் எவ்வளவுதான் ஆழ்ந்து தூங்கினாலும் நள்ளிரவில் மட்டும் ஓலமிட அவன் தவறியதே இல்லை. அந்த ஓலம் நாளுக்கு நாள் அதிகரித்து பல கிரகங்களைத் தாண்டி அண்டங்களை எட்டத் தொடங்கியிருந்தது. இதனால் அவள் இருந்த வீட்டு உரிமையாளர்கள் அவளைத் தங்க அனுமதிக்காமல் துரத்தினார்கள். அவளும் சோர்ந்து போய் ஒரு காட்டிற்கு வந்து சேர்ந்தாள். இரவில் அவன் எழுப்பிய ஓலத்தைக் கேட்ட வனவிலங்குகள் அச்சத்தில் அங்குமிங்கும் சிதறி ஓடின. அந்தக் காட்டில் ஒரு முனிவர் தவம் செய்து கொண்டிருந்தார். இந்த ஓலம் அவரைப் பெரிதும் தொல்லைப்படுத்திவிட்டது. இவர்களைத் தேடி வந்தார். இவளிடம் மகனுடைய ஓலத்தைப் பற்றிக் கேட்டறிந்தார். அடுத்த நாள் ஒரு குகைக்கு அழைத்துச் சென்றார். அந்தக் குகைக்குள் ஒரு குளம் இருந்தது. அந்தக் குளத்தின் ஆழத்தில் பூக்களும் பழங்களும் நிறைந்த ஒரு சோலை தென்பட்டது. அங்கே அவர்களை அவர் அழைத்துச் சென்றார். அந்தக் குளத்தின் நீர் அவர்களை நனைக்கவில்லை. அப்படியே வழுக்கிக் கொண்டே அந்தச் சோலைக்கு வந்தடைந்தார்கள். அந்தச் சோலையின் நடுவில் ஒரு மரம் இருந்தது. இரவு அவளுடைய மகன் ஓலமிடத் தொடங்கியவுடன் அந்த மரத்தின் கனியைப் பறித்து அவனுடைய வாயில் வைத்தார் துறவி. உடனே அவளுடைய மகனின் ஓலம் நின்றது துறவியின் ஓலம் தொடங்கியது. ●

முபீன் சாதிகா

பூ வாசம்

அன்று அவன் அலுவலகம் கிளம்பிக் கொண்டிருக்கும் போது ஓர் இனிமையான மணம் வந்து அவன் மூக்கைத் தொட்டது. அந்த மணம் ஏதோ ஒரு பூவின் மணமாக இருக்கும் என நினைத்தான். அலுவலகம் சென்று வேலையில் மூழ்கினாலும் அந்த மணம் அவன் மூக்கை விட்டு அகலவே இல்லை. அவன் இரவு உறங்கும் போது கனவில் ஒரு பெண் வந்தாள். அவளிடமிருந்துதான் அந்த மணம் வருவதைப் புரிந்துகொண்டான். காலையில் எழுந்து தன் தாயிடம் அந்தப் பெண்ணைத்தான் மணக்கப் போவதாகச் சொன்னான். தாயோ தன் மகனுக்குப் புத்தி பேதலித்துவிட்டது என்று நினைத்து முருகனிடம் வேண்டினாள். முருகனும் ஒரு காட்டில் இருக்கும் மரத்தின் அருகில் சென்று இரவு தங்கியிருந்தால் ஒரு பெண் வருவாள். அவளுக்கு இவனைப் பிடித்திருந்தால் திருமணம் நடக்கும் எனக் கூறிவிட்டான். இவனும் இரவு அந்தக் காட்டிற்குப் போய் அந்த மரத்திற்கு அருகில் தங்கியிருந்தான். அந்தப் பெண் வந்தாள். இவனைக் கண்டவுடன் மூக்கைப் பொத்திக் கொண்டாள். இது போன்ற துர்நாற்றம் வீசும் அவனைத் திருமணம் செய்ய முடியாது என்று கூறி மரத்தில் சென்று ஒளிந்துகொண்டாள். இவன் வீட்டுக்கு வந்து தாயிடம் நடந்ததைச் சொன்னான். அவள் வேறொரு பெண்ணை அவனுக்குத் திருமணம் செய்துவைத்தாள். இரவு அவளை அழைத்துக் கொண்டு அந்தக் காட்டிற்குச் சென்று அந்த மரத்திற்குள் போய் வரும்படி அவளிடம் கூறினான். எதற்கு என்று அவள் கேட்டாள். தான் விரும்பிய மணம் அவளுக்குள் வரும் என்று கூறினான். அதற்கு அவள் முதலில் அவன் அந்த மரத்திற்குள் சென்று அவனுடைய துர்நாற்றத்தை விட்டு வரும்படிச் சொன்னாள். ●

மரவிலங்கு

காட்டில் இருந்த அந்த மரத்திற்கு எப்படியாவது விலங்காகிவிட வேண்டும் என்ற ஆவல் நாளுக்கு நாள் அதிகரித்துக் கொண்டே இருந்தது. தான் தவமிருந்து முருகனை வணங்கினால் விலங்காகி விடலாம் என எண்ணி தவத்தைத் தொடங்கியது. முருகனைச் சந்தித்தது. தன் விருப்பத்தைச் சொன்னது. முருகன் அருள் கொடுத்தான். மரம் விலங்கானது. அதன் வேர் வாலானது. தண்டு உடலானது. கிளைகள் கொம்பாயின. கனிகள் கண்களாயின. அது காட்டைச் சுற்றிவந்தது. எல்லா விலங்குகளும் அதனை விநோத மாகப் பார்த்தன. அது முழு விலங்காகவில்லை என அவை ஏளனப்படுத்தியது போல் மரம் நினைத்தது. மீண்டும் தவமிருந்தது. மீண்டும் முருகனைத் தரிசித்தது. குறையைச் சொன்னது. விலங்கின் எல்லா அம்சங்களையும் அருளினான் முருகன். மரத்திற்குத் திருப்தி வந்தது. காட்டை வலம் வந்தது. கொடூர விலங்குகள் மற்ற விலங்குகளை அடித்துக் கொல்வதைப் பார்த்தது. பெரும் துயருற்றது. மீண்டும் தவம். மீண்டும் முருகனின் தரிசனம். தனது ஆற்றலைப் பெருக்க வேண்டுதல் செய்தது. ஆற்றலும் வாய்த்தது. இப்போது காட்டை வலம் வருகையில் எந்தக் கொடூர விலங்கும் மற்ற விலங்குகளைக் கொல்லாதபடி தன் ஆற்றலால் தடுத்துவிட்டது. எல்லா விலங்குகளும் கனிகளை உண்டு பசியாறின. ஆனால் சில நாள்களில் கனிகளை உண்ட கொடூர விலங்குகள் சக்தி இல்லாமல் இறந்து போயின. மரத்திற்குப் பெரும் துயர் ஏற்பட்டது. மீண்டும் தவம். மீண்டும் முருகனின் தரிசனம். என்ன வரம் வேண்டும் என்றான் முருகன். தான் மற்ற விலங்குகளின் கண்களுக்கு மரமாகவும் தன் விருப்பதிற்கு ஏற்ப இதே விலங்காகவும் தொடர கேட்டு வரத்தைப் பெற்றது. ●

12. ஏழு காடுகள்

இது வரை ஏழு காடுகளுக்குள் புகுந்து வந்திருக்கிறேன். ஒரு நாள் தற்செயலாக ஒரு காட்டுக்குள் போன போது அது ஒரு வகையில் நிறம் மாறி இருந்தது. அப்படியே உள்ளே நுழைந்து போனால் வெள்ளி நிற மரங்கள், விலங்குகள், பறவைகள் மற்றும் நீர் என அங்கு எல்லாமே வெள்ளி நிறத்தில் இருந்தன. நான் மட்டும் தனிப்பட்டுத் தெரிந்ததால் ஓர் ஆட்டின் அறிவுரைப்படி அங்கிருந்த நீரைப் பருகியவுடன் வெள்ளி நிறத்திற்கு மாறினேன். அந்த வெள்ளி நிறக்காடு ஒரு கட்டத்திற்குப் பின் திகட்டத் தொடங்கியதால் அங்கிருந்து நகர்ந்து வேறொரு காட்டுக்குள் சென்றுவிட்டேன். அங்கிருப்பவற்றைத் தொட்டால் கல்லாக மாறிவிட்டன. அந்த விபரீதத்தைப் பொறுக்க முடியாமல் வேறொரு காட்டிற்குச் சென்றேன். அங்கு ஒளிவீசும் பாறைகளும், செடிகளும், நட்சத்திரங்களைப் போன்ற மலர்களும் இருந்தன. அங்கிருந்த எதையும் தொட முடியாது, பசி வந்தால் உண்ணவும் முடியாது. அதனால் அடுத்த காட்டைத் தேடினேன். அது ஓர் இருள் நிறைந்த புதர். ஆனால் அளவிலா கனிகள் நிறைந்திருந்தது. அவற்றில் ஒன்றைப் பறித்துத் தின்றவுடன் மிகப்பெரிய உருவமாக மாறிவிட்டேன். அத்தனை உயரத்திலிருந்து பார்த்தால் எல்லாம் சிறியதாகத் தெரிந்தன. ஆனால் அந்தப் பெரிய உருவம் உவப்பாக இல்லாததால் மற்றொரு காட்டுக்குப் போனேன். அங்கிருந்த ஓர் அணில் என்னைப் பார்த்துச் சிரித்துவிட்டு தான் கடித்த பழத்தைத் தூக்கிப் போட்டது. அதை உண்டவுடன் மீண்டும் பழைய உருவம் வந்தது. அங்கு விலங்குகள் எல்லாம் நண்பர்களாகிவிட்டன. அங்கிருந்த ஓர் மரம், அந்தக் காட்டில் சுற்றித் திரிவதைவிட அடுத்த காட்டிற்குப் போனால் மோட்சத்தை அடையலாம் என்றது. அந்தக் காட்டைத் தேடிப் போய் அடைந்தேன். அங்கு போனவுடன் சிறுவயதிலிருந்து செய்த தவறுகள் ஒவ்வொன்றாக நினைவுக்கு வர கதி கலங்கியது. அங்கிருந்து ஓடி முடிவாக இந்தக் காட்டுக்கு வந்தடைந்தேன். எந்த ஆசையும் இல்லை; எந்த எதிர்பார்ப்பும் இல்லை. இங்கே எல்லாம் அமைதியாகிவிட்டது. ஆனால் என்ன ஆனது என்றால் இங்கு இந்த மிளாவின் கண்களுக்குள் சிக்கிவிட்டதால் மற்ற காடுகளுக்குச் சென்று வந்ததைத் தவிர வேறெதுவும் நினைவில் இல்லை. ●

கத்தியுடன் ஒரு பெண்

அவள் கத்தியுடன் அலைந்து கொண்டிருந்தாள். அவளைத் தொல்லைப்படுத்தக் கூடாது, எந்தச் சீற்றமும் அடையச் செய்யக்கூடாது என அமைதியாகப் பார்த்துக் கொண்டிருந்தேன். அவளை உற்றுப் பார்க்கக்கூட இல்லை. அவளைக் கனிவாகப் பார்த்து என் அரவணைப்புக்குள் வர அழைக்கும் பாவனை மட்டும் கொண்டிருந்தேன். அவள் பின்னணியை அறிய எந்த விருப்பமும் இல்லை. ஏதோ ஒரு காரணம் இன்றி அவள் இப்படி கத்தியை வைத்துக் கொண்டு அலையமாட்டாள் என உறுதியாக நம்பினேன். அவள் என்னைத் திரும்பிப் பார்த்தாள். அந்தப் பார்வையே உறையச் செய்தது. அவள் கையிலிருந்த கத்தியை எடுத்துப் பதம் பார்ப்பது போல் நீவிவிட்டு என் மீதிருந்த பார்வையை விலக்கினாள். எனக்குச் சிறிது அச்சமாக இருந்தது. இவள் எப்படிப் போனால் எனக்கென்ன, நான் ஏன் கவலைப்பட வேண்டும், என் வழியில் போய்விடலாம் என நினைத்தேன். இருந்தாலும் அவள் படும் அவஸ்தை தடுத்தது. அவளை என்னுடன் அழைத்துச் சென்றுவிட வேண்டும் எனப் பிடிவாதமாகத் தோன்றியது. அவள் அருகே சென்றேன். அவள் முன் மண்டியிட்டு என் தலையை அவள் கொய்து கொள்ளலாம் என்பது போல் பலியாடாக நின்றேன். அவள் என்னைத் தீர்க்கமாகப் பார்த்தாள். என்னை விட்டு விலகிச் செல்ல முயன்றாள். மீண்டும் அவளைப் பின்தொடர்ந்து சென்று அவள் கவனத்தை என் பக்கம் திருப்ப முயன்றேன். சாக விருப்பமா என்றாள். ஆம் என்றேன். உனக்குத் தகுதியில்லை என்றாள். என்ன செய்யவேண்டும் என்றேன். குழந்தையைக் கொன்று சாக்கடையில் வீச வேண்டும்; அதைப் பார்ப்பவர்களின் கண்களைக் குத்த வேண்டும்; எதிர்த்தால் கொலை செய்யத் துரத்தி வரவேண்டும் என்றாள். இப்படிச் செய்தவர்களைத் தீர்த்துக்கட்ட இந்தக் கத்தி போதுமா என்றேன். வேறு ஏதாவது ஆயுதம் இருக்கிறதா என்றாள். ஆம் என்றேன். அதைத் தரச் சொன்னாள். என்னுடன் வரும்படி அழைத்தேன். வந்தாள். வீட்டுக்கு அழைத்து வந்து நினைவை அழிக்கும் மூலிகை பானத்தை எடுத்து அருந்தத் தந்தேன். ●

கண்கள் சொல்லும் பொய்

அன்று அவள் கடுங்கோபத்தில் இருந்தாள். அவளுடைய கணவனிடம் பெரிய வாக்குவாதம் ஏற்பட்டு சண்டை வலுத்தது. அவன் வெளியில் சென்றுவிட்டான். அப்போது பெரிய இடி மழை பொழிந்து கொண்டிருந்தது. அவன் மீது சிறிதும் கரிசனம் அவளுக்குத் தோன்றவே இல்லை. எப்படியாவது போகட்டும் என எண்ணிக் கொண்டாள். அப்படியே தூங்கிப் போனாள். காலை வரை அவளது கணவன் வீடு திரும்பவில்லை. மெதுவாக எழுந்து மலைப்பாதையில் நடந்தாள். தூரத்தில் ஒரு பூங்காவில் அவள் கணவன் அமர்ந்திருப்பது தெரிந்தது. அருகில் சென்று அமர்ந்தாள். என்ன ஆயிற்று என்றாள். முந்தைய நாளின் இடி மின்னலில் தன் பார்வை பறி போய்விட்டது என்றான். அவளுக்குச் சங்கடமாக இருந்தது. அவன் கைகளைப் பிடித்து வீட்டுக்கு அழைத்து வந்தாள். இனி தங்களுடைய பரந்து விரிந்த தொழில் சாம்ராஜ்யத்தைத் தானே பார்த்துக் கொள்வதாகவும் அவன் அவளுக்கு உதவினால் மட்டும் போதும் என்றும் கூறினாள். அவன் அமைதியாக இருந்தான். அலுவலகம் அழைத்துப் போனாள். அவன் எதுவும் பேசவில்லை. வீட்டுக்குத் திரும்பிய போது அவள் கணவன் போலவே ஒருவன் அமர்ந்திருந்தான். அவளுக்குச் சற்று குழப்பமாக இருந்தது. அவளுடன் இருப்பவனைப் பார்த்து யார் இவன் என்று அவன் கேட்டான். நீ யார் என்றாள் அவள். ஒரே நாளில் என்னை மறந்துவிட்டாயா என்றான் அவன். நடித்தது போதும் முதலில் அவனை வெளியேறுமாறு சொன்னாள். அவன் திகைத்து நின்றான். பின் வெளியேறிவிட்டான். அவள் யோசித்துப் பார்த்தாள். வெளியேறிவிட்டவன்தான் தன் கணவன் என அவளுக்குப் புரிந்தது. அவனைப் போலவே இருக்கும் இந்தப் பார்வையற்றவனைக் கணவனாக்கிக் கொண்டால் தனக்கு எந்தச் சிக்கலும் இல்லை என முடிவெடுத்தாள். கணவனிடமிருந்து பிரிதல், விவாகரத்து, போன்ற எந்தப் பிரச்சினையும் இல்லாமல் தனக்கு ஓர் எளிமையான தீர்வு கிடைத்திருப்பதை எண்ணிப் பெரிதும் மகிழ்ந்து போனாள். ●

வித்தை

அவள் தன் தந்தையிடம் கற்ற மாயாஜால வித்தைகளை மெருகேற்றி பல இடங்களில் நிகழ்ச்சிகளாக நடத்திவந்தாள். அதற்கான சில புதிய எந்திரங்களையும் அவள் வடிவமைத்து உருவாக்கினாள். அதில் ஒன்று குழந்தைகளைச் சிறிய பெட்டிகளில் வைத்துவிட்டு ஒரு சுற்று சுற்றிவிட்டால் அவை பொம்மைகளாகிவிடும். மீண்டும் ஒரு சுற்று சுற்றிவிட்டால் அவை குழந்தைகளாகிவிடும். இதற்கான ஓர் எந்திரத்தை வடிவமைத்து வித்தை காட்டினாள். அங்கு வந்திருந்தவர்களின் குழந்தைகளை வாங்கி அந்தப் பெட்டிகளில் வைத்து வித்தை செய்துகாட்டினாள். குழந்தைகளைக் கொடுத்தவர்கள் மீண்டும் அவைகளைப் பெற்றுக்கொண்டு சென்றுவிட்டார்கள். ஒரே ஒரு குழந்தையை மட்டும் யாரும் வாங்கவரவில்லை. என்ன செய்வது என யோசித்து அந்தக் குழந்தையைத் தானே வளர்க்கலாம் என முடிவெடுத்தாள். அந்தக் குழந்தை வளரும் போதே பல வித்தைகளைக் காட்டும் திறன் பெற்றிருந்தது. அவளுக்கு அது பெரும் ஆச்சரியத்தையும் அதிர்ச்சியையும் தந்தது. சிறிது வளர்ந்து சிறுவனாகிவிட்ட அந்தக் குழந்தை ஒரு நாள் அவளிடம் தனக்கு வித்தை காட்டுவதற்கு ஒரு பெண் மற்றும் ஆண் பொம்மை வேண்டும் எனக் கேட்டான். அவளும் ஏதோ ஒரு புதிய வித்தையாக இருக்கும் என எண்ணி ஆண்-பெண் பொம்மைகளை வாங்கி வந்து கொடுத்தாள். அன்றைய காட்சியில் அவள் வடிவமைத்த குழந்தைகளைப் பொம்மைகளாகவும் பொம்மைகளைக் குழந்தைகளாகவும் மாற்றும் எந்திரத்தில் அந்த ஆண்-பெண் பொம்மைகளை அவன் வைத்தான். தன்னுடைய பெற்றோர் யாரென்று தனக்குத் தெரியாது. அந்தப் பொம்மைகள் உயிர் பெற்றுவந்தால் அவர்கள்தான் தனக்குப் பெற்றோர்கள் என்றான். இத்துடன் இனி தான் வித்தைகாட்டப் போவதில்லை என்று கூறி அந்த எந்திரத்தைச் சுற்றிவிட்டான். பொம்மைகள் உயிர் பெற்றன. அவர்களுடன் அவன் விடைபெற்றான். ●

முபீன் சாதிகா

கொடுக்கு

அவளுக்குப் பச்சைக்குத்திக் கொள்ளும் பெரும் ஆவல் தோன்றியது. ஒரு கடைக்குப் போய் தன் கையில் சிறிய தேள் உருவத்தைப் பச்சைக்குத்துமாறு அங்கிருந்த பெண்ணிடம் கூறினாள். அவளும் ஒரு சிறிய அழகிய தேளை அவள் கையில் பச்சைக் குத்திவிட்டாள். லேசாக வலித்தது. அடுத்த நாள் சிறிய கருந்தேள் அவள் கையில் இருந்தது. அதைப் பார்த்தவர்கள் அது உயிருள்ள தேள் என்று பயந்துபோனார்கள். அவளுக்குப் பெருமையாக இருந்தது. அடுத்த நாள் காலை எழுந்து பார்த்தவளுக்குப் பெரும் அதிர்ச்சி காத்திருந்தது. கையில் இருந்த தேள் காணாமல் போயிருந்தது. எழுந்து செருப்பைப் போடும் போது அது காலில் இருந்ததைக் கண்டாள். அதிர்ச்சி மேல் அதிர்ச்சியாகி விக்கித்துப் போய் அமர்ந்தாள். உடனடியாக அந்தப் பச்சைக்குத்தப்பட்ட தேள் சின்னத்தை அழித்துவிட மருத்துவர் களைத் தேடிப் போனாள். அவர்களிடம் மன்றாடி அந்தச் சின்னத்தை அழிக்க வேண்டினாள். அவர்களும் புதிதாக வந்திருந்த லேசர் தொழில்நுட்பத்தைப் பயன்படுத்தி அதை அழிக்க முயற்சி மேற்கொண்டார்கள். கையில் இருக்கும் தேள் சின்னத்தை அழிக்கப் பார்த்தால் அது முகத்திற்குத் தாவியது. முகத்திலிருந்து காலுக்கு இப்படி ஒரே இடத்தில் இல்லாமல் நகர்ந்துகொண்டே இருந்ததால் மருத்துவர்கள் அதனை அழிக்கும் முயற்சியைக் கைவிட்டார்கள். அவளும் இந்தச் சிக்கலை எப்படித் தீர்ப்பது என்று புரியாமல் வீடு வந்து சேர்ந்தாள். அந்தப் பச்சைக்குத்திய பெண்ணிடம் சென்று நடந்ததைக் கூறினாள். அந்தப் பெண் அதைக் கேட்டுச் சிரித்துவிட்டு இது போல் பலருக்கும் நடந்திருப்பதாகவும் தேளைக் குத்திக் கொண்டால் இப்படி நடக்கும் என்றும் அதை அழிப்பதற்குத் தன்னிடம் ஒரு மை இருப்பதாகவும் அதைக் கொண்டு அந்தச் சின்னத்தை அழித்துவிடலாம் என்றும் ஆனால் அந்த இடத்தில் வேறு ஒரு சின்னத்தைப் பச்சைக் குத்திக் கொள்ளவேண்டும் என்றும் கூறினாள். அதை ஏற்றுக்கொண்டு தேள் இருந்த இடத்தில் ஒரு சிறிய பாம்பின் சின்னத்தைப் பச்சைக்குத்துமாறு கூறினாள். இரவு நிம்மதியாக உறங்கினாள். அவள் கட்டிலைச் சுற்றி ஒரு பாம்பு படுத்து உறங்கியது. ●

துப்பாக்கிப் பயிற்சி

அவன் பல துப்பாக்கிகளை உருவாக்கி பயிற்சி செய்து வந்தான். அவன் உருவாக்கிய துப்பாக்கிகள் எல்லாம் இது வரை யாரும் காணாதவையாக இருந்தன. அது மட்டும் அல்லாமல் இதுவரை யாரும் பயன்படுத்தியிராதவை என்பதால் அவற்றை அவனே சுட்டுப் பயிற்சி செய்து வந்தான். வெகு தூரத்திலிருந்து இலக்கைத் தாக்கினாலும் அருகிலிருந்து தாக்கியது போன்று இருக்கக்கூடிய துப்பாக்கிகள், அதேபோல் அருகிலிருந்து சுட்டாலும் வெகு தூரத்திலிருந்து சுட்டது போன்ற தோற்றத்தைத் தரும் துப்பாக்கிகள். இப்படி பல வகைகளை உருவாக்கி அவற்றைப் பயிற்சி செய்து வந்தான். முன்னால் சுடுபவை, பின்னால் சுடுபவை, மிகச்சிறியவை என எல்லாத் துப்பாக்கிகளும் அவனுக்குப் பயிற்சியின் போது திருப்தி அளித்தன. ஒரு புதிய துப்பாக்கியை அவன் செய்து வைத்திருந்தான். அது ஒரே குண்டு பத்து இலக்குகளைத் தாக்கி விட்டுத் திரும்பி துப்பாக்கிக்கே வந்து சேர்ந்துவிடும். அப்படிப்பட்டத் துப்பாக்கியைப் பயிற்சி செய்வதற்காகக் காட்டுப் பகுதிக்கு எடுத்துவந்தான். எந்த விலங்கின் மீதும் படாமல் பயிற்சி செய்வதற்கு தோதான ஓர் இடத்தைத் தேர்வு செய்தான். அந்த இடத்தில் பத்து மரங்கள் அடர்ந்து இருந்தன. அந்தப் பத்து மரங்களையும் இலக்காக வைத்து குறி பார்த்தான். ஒவ்வொரு மரத்தையும் தாக்கிவிட்டு குண்டு துப்பாக்கிக்கே வரவேண்டும் என்ற வகையில் அதிலிருக்கும் செயலியின் முன் தீர்மானிக்கும் மானியில் குறிப்பிட்டான். ஒரு மரத்தை நோக்கிக் குறி பார்த்தான். அப்போது ஒரு மயில் வேகமாகப் பறந்துவந்து அந்தத் துப்பாக்கியைக் கவ்விச் சென்றுவிட்டது. என்ன செய்வது என்று தெரியாமல் அதே இடத்தில் நின்றிருந்தான். அவன் நின்றிருந்த இடத்திற்குப் பின்னால் ஒரு மரம் இருந்தது. அதிலிருந்து சிறிது தள்ளி மொத்தம் ஒன்பது மரங்கள் இருந்தன. சிறிது நேரத்தில் ஒன்பதாவது மரத்தில் ஒரு குண்டு பாய்ந்து அடுத்தடுத்து ஒன்பது மரங்களைத் தாண்டி பத்தாவது மரத்திற்கு அருகில் இருந்த அவனைத் தாக்கிவிட்டு அந்தக் குண்டு திரும்பி துப்பாக்கிக்கே சென்றுவிட்டது. ●

முபீன் சாதிகா

மாயமரம்

அவன் மிகவும் பாடுபட்டு பல்லாண்டு காலத்திற்கு முந்தைய ஒரு மரத்தின் விதை ஒன்றைக் கண்டுபிடித்து எடுத்து வந்து அதைத் தனது தோட்டத்தில் ஊன்றி வைத்தான். எப்படியாவது அதை முளைக்க வைக்கவேண்டும் என்று பல தெய்வங்களை வேண்டினான். பல உரங்களைக் கொண்டுவந்து விதையைப் புதைத்த இடத்தில் போட்டான். பலத் தோட்டக்கலை நிபுணர்களைக் கண்டு ஆலோசித்தான். பலரும் இத்தனை பழமையான விதை முளைக்க வாய்ப்பில்லை எனச் சொல்லிவிட்டார்கள். இவனுக்குக் கவலையாகவும் வருத்தமாகவும் இருந்தது. ஒரு நாள் முழுக்க மரம் பற்றிய நினைவிலேயே ஆழ்ந்திருந்தான். அந்த விதை முளைத்து விட்டால் நண்பர்களை அழைத்து பெரிய கொண்டாட்டத்தை நிகழ்த்தவேண்டும் என கற்பனை செய்தான். அந்த விதை முளைத்து பெரிய மரமானால் அதன் விதைகளை எடுத்துப் பலருக்கும் கொடுத்து அந்த மரத்தை வளர்க்கச் செய்யவேண்டும் என நினைத்துக் கொண்டான். அது மட்டும் அல்லாமல் மரம் முளைக்கச் சிறப்புப் பூசைகள் செய்தான். ஒரு நாள் ஒரு விளம்பரம் அவன் கண்ணில் பட்டது. பட்டுப் போன மரங்களை வளர்க்கச் செய்பவன் அந்த விளம்பரத்தைக் கொடுத்திருந்தான். அவனைச் சென்று பார்த்து தான் புதைத்த விதை முளைக்க என்ன செய்வது என ஆலோசனை கேட்டான். தன்னிடம் இருந்த ஒரு மருந்தைக் கொடுத்து அதைத் தெளித்தால் எந்த விதையும் அடுத்தநாளே முளைத்துவிடும் எனச் சொல்லி ஒரு குப்பியைக் கொடுத்தான். அதை வாங்கி வந்து இரவு தெளித்து விட்டு தூங்கச் சென்றான். நள்ளிரவில் பயங்கரமான ஓர் ஓசை கேட்டது. அவன் எழுந்து பார்த்த போது வீடே நடுங்கிக் கொண்டிருந்தது. நிலநடுக்கம் வந்து விட்டது என எண்ணி வீட்டை விட்டு வெளியேற நினைத்தான். வீடு அவன் மீது இடிந்து விழுந்தது. அவன் போட்ட விதை மிகப்பெரிய மரமாக முளைத்த அதிர்ச்சியில் அவன் வீடும் அருகிலிருந்த பல வீடுகளும் தரைமட்டமாயின. ●

சிறுவன்/சிறுமி

அன்று அவள் வேலையை விட்டு வரும் போது அவள் வீட்டருகில் ஒரு சிறுமி அழுது கொண்டு நின்றிருந்தாள். அவளைப் பார்த்து பரிதாபம் மேலிட தன் வீட்டுக்கு இவள் அழைத்து வந்துவிட்டாள். அந்தச் சிறுமியின் பின்னணி குறித்து விசாரித்த போது எதுவும் சொல்லாமல் அவள் அமைதியாக இருந்தாள். இவளும் சிறுமிக்கு ஏதோ துக்கம் இருக்கிறது என எண்ணி விட்டுவிட்டாள். இவளுடைய கணவனுக்கு அந்தச் சிறுமியை அழைத்துவந்தது ஒப்பவே இல்லை. அந்தச் சிறுமியைக் குளிப் பாட்டி தன் மகளின் உடைகளை உடுக்கவைத்து, சாப்பிடவைத்து தன்னுடன் உறங்கவைத்தாள். நள்ளிரவு இவளருகே படுத்திருந்த அந்தச் சிறுமி சட்டென்று எழுந்து அமர்ந்தாள். இவளுக்கு அதிர்ச்சியாகிவிட இவளும் எழுந்து அமர்ந்தாள். சிறுமியிடம் ஏதோ மாற்றம் இருப்பதைப் புரிந்துகொண்டு அவளுடைய முகத்தைத் தூக்கிப் பார்த்தாள். அவள் கூந்தல் சுருங்கி சிறுவ னுடைய கூந்தல் போலாகிவிட்டது. அவள் முகமே மாறி சிறுமி சிறுவனாகிவிட்டாள். இவளுக்குத் தாங்க முடியாத அதிர்ச்சியும் பதற்றமும் ஏற்பட்டது. என்ன செய்வதென்றே புரியாமல் அந்தச் சிறுவனைப் பார்த்துக் கொண்டு அமர்ந்திருந்தாள். அந்தச் சிறுவன் சிறிது நேரத்தில் படுத்து உறங்கிவிட்டான். காலை வரை இவளால் தூங்க முடியவில்லை. சூரிய வெளிச்சம் வரும் போது இவளுக்குக் கண்ணயர்ந்துவிட்டது. இவளுடைய கணவன் வந்து எழுப்பினான். தூக்கிவாரிப் போட்டு எழுந்தாள். அருகிலிருந்த சிறுமியைப் பார்த்தாள். அவள் அசையாமல் உறங்கிக் கொண்டிருந்தாள். கூந்தல் வளர்ந்திருந்தது. சிறுவனாக மாறியவள் எப்போது மீண்டும் சிறுமியானாள் எனத் திகைப்புடன் தான் பார்த்தது கனவாக இருக்குமோ என்ற எண்ணிக் கொண்டு வேலைக்குக் கிளம்பினாள். மாலை வீட்டுக்கு வந்தவுடன் அந்தச் சிறுமியுடன் பேச அருகில் சென்று அமர்ந்தாள். அவளோ பேசவே இல்லை. அன்று இரவும் அவள் சிறுவனாக மாறிவிட்டாள். அடுத்த நாள் மருத்துவரிடம் அவளை அழைத்துக் கொண்டு சென்றாள். இந்த மாற்றத்தைப் பற்றிக் கேட்ட மருத்துவர் இருவருக்கும் தூக்க மாத்திரை தந்து அனுப்பிவைத்தார். இரவு இவள் உறங்கிப் போனாள். சிறுவனாக மாறிய சிறுமி இவளுடைய மகனின் கிரிக்கெட் மட்டையை எடுத்து விளையாடிக் கொண்டிருந்தாள். ●

20. மறதி

யுவனும் புவனும் ஒரே மாதிரியாக இருக்கும் இரட்டையர்கள். அவர்கள் இருவரையும் விண்வெளிக்கு அனுப்பலாம் என்று முடிவானது. அவர்கள் இருவரும் சூரியக் குடும்பத்திற்கு அப்பால் இருக்கும் பல கோள்களுக்கும் சென்று வருவது போல் பயணம் வடிவமைக்கப்பட்டது. இதில் ஏதாவது விபரீதம் நேர்ந்தால் யாராவது ஒருவர் அந்தப் பயணத்தைத் தொடரவேண்டும் என முடிவெடுக்கப்பட்டது. யுவனுக்கும் புவனுக்கும் இடையில் எப்போதும் நல்லுறவு நீடித்ததில்லை. இந்த விண்வெளிப் பயணத்தின் போதாவது ஒற்றுமை ஏற்படுமா என்று இருவரும் ஆவலுடன் காத்திருந்தனர். பயண நாள் வந்தது. இருவரும் ஒரே மாதிரியான உடை அணிந்து விண்கலனில் அமர்ந்திருந்தனர். விண்கலம் புறப்பட்டது. முதலில் சூரியக் குடும்பத்திற்கு அருகில் இருக்கும் ஒரு நட்சத்திரத்தின் கிரகத்திற்குச் செல்லலாம் என யுவன் சொன்னதை புவன் காதில் வாங்கவே இல்லை. முதலில் சூரியக் குடும்பத்திற்கு வெகு தொலைவில் இருக்கும் நட்சத்திரத்தின் கிரகத்திற்குச் செல்லலாம் என்றான் புவன். யுவன் அமைதியாக இருந்துவிட்டான். விண்கலத்தின் பாதையை புவன் மாற்றினான். யுவனுக்கு இது ஏதோ அபாயத்தைக் கொடுக்கும் என்பது போல் தோன்றியது. புவனிடம் அதைச் சொன்னான். அதை அவன் ஏற்கவும் இல்லை. உதாசினப்படுத்திவிட்டு தொடர்ந்து விண்கலத்தைச் செலுத்தினான். விண்கலன் புவன் சொன்ன கிரகத்தை நெருங்கிக் கொண்டிருந்தது. அப்போது விண்கலம் லேசாக ஆடத் தொடங்கியது. இருவருக்கும் அச்சம் ஏற்பட்டது. அந்தக் கிரகத்தின் காந்த அலை மிகவும் சக்தி வாய்ந்ததாக இருந்ததால் விண்கலம் ஆடியது என கண்டுபிடித்தார்கள். அந்தக் கிரகத்தில் எப்படியோ போய் இறங்கிவிட்டார்கள். அது இருள் நிறைந்த கிரகமாக இருந்தது. கையில் இருந்த ஒளி உமிழும் விளக்குகளை ஏந்தியபடி அந்தக் கிரகத்தை அவர்கள் சுற்றி வந்தனர். இருளாக இருந்தாலும் அந்தக் கிரகத்தில் அவர்களுக்கு ஏதோ ஒன்று பிடித்தது. வேறு ஒரு கிரகத்தின் அமைதிதான் பிடித்திருக்கிறது என்பது போல் அவர்கள் நினைத்துக் கொண்டனர். இருந்தாலும் யுவனுக்குள் ஒரு திட்டம் உருவாகிக் கொண்டிருந்தது. அந்தக் கிரகத்தில் புவனை விட்டுச் சென்று வேறு கிரகத்தில் தான் மட்டும் தனியாக ஆய்வு செய்யவேண்டும் என்று நினைத்தான். புவனுக்கும் அதேபோல் தான் ஓர் எண்ணம் ஓடியது. இருவரும் அதைப் புரிந்துகொண்டு அந்தக் கிரகத்தில் புவன் இருப்பதாக முடிவு ஏற்பட்டது.

விண்கலத்தைக் கிளப்பிக் கொண்டு யுவன் பறந்தான். புவனைத் தனியாக விட்டுச் செல்வது குறித்து எந்த வருத்தமும் அவன் அடையவில்லை. அவன் இன்னும் தொலைவில் இருக்கும் மற்றொரு கிரகத்திற்குச் சென்றான். அந்தக் கிரகத்தில் அதீத ஒளி இருந்தது. இருளே வரவில்லை. எப்போதும் ஒளி இருந்ததால் வெப்பமாக இருந்தது. ஆனாலும் அது யுவனுக்குப் பிடித்தது. தான் மட்டும் தனியாக இந்தக் கிரகத்தில் இருப்பது போல் எண்ணிப் பார்த்து மகிழ்ந்து போனான். அவன் உருவாக்கிக் கொண்டிருந்த அந்தப் புதிய கருவியை எடுத்தான். அதில் அவன் எப்படி இயக்குகிறானோ அதில் பதிவாகியிருக்கும் நபர் அப்படி இயங்குவார். புவனை அதில் பதிவு செய்து வைத்திருந்தான். அதில் புவன் என்ன செய்கிறான் எனப் பார்த்தான். அவன் அமைதியாக ஒரு பாறையின் மீது அமர்ந்திருந்தான். அவனை இயக்கத் தொடங்கினான் யுவன். அவனைப் பாறையிலிருந்து கீழே குதிக்கவைத்தான். அந்தப் புதிய கிரகத்தில் ஓடவைத்தான். புவனால் தன் கட்டுபாடில்லாமல் எப்படித் தான் இயங்குகிறோம் என்பது புரியாமல் குழம்பினான். இது யுவனின் வேலையாகத் தானிருக்கும் எனப் புரிந்துகொண்டான். யுவனிடமிருந்து தப்பவேண்டும் என்றால் தன் உடலில் இருக்கும் பேட்டரியைக் கழற்றவேண்டியிருக்கும் என்பதைப் புரிந்துகொண்டான். ஓடிக் கொண்டே பேட்டரியைக் கழற்றி கீழே போட்டான். திரையில் ஓடிக்கொண்டிருந்த புவன் அப்படியே நின்றுவிட்டது போல் படம் தெரிந்தது. அவன் பேட்டரியைக் கழற்றிவிட்டதைப் புரிந்துகொண்ட யுவன் அங்கு விட்டுவந்திருந்த சென்சாரை இயக்கினான். அதிலிருந்து வெளிப்படும் கதிர் வீச்சு புவனைத் தாக்கும் என்று அவனுக்குத் தெரியும். உடனே கதிர் வீச்சைத் தான் தன் மேல் யுவன் ஏவுவான் எனப் புரிந்துகொண்டு அதனைத் திருப்பி யுவனைத் தன் கிரகத்தை நோக்கி ஈர்த்துவிட்டான் புவன். மீண்டும் புவனைச் சந்திக்கக்கூடாது என நினைத்திருந்த யுவனுக்கு இது பெரிய சதியாகத் தெரிந்தது. அதனால் புவனைக் கொன்றுவிட வேண்டும் என முடிவு செய்தான். இதைப் புரிந்துகொண்ட புவன் தான் வைத்திருந்த ஒரு புதிய கருவியை இயக்கி அவனைத் தன்னுடன் கலந்துவிடச் செய்துவிட்டான். மீண்டும் விண்கலத்தை இயக்கி பூமியில் வந்து இறங்கினான். விண்கலத்திலிருந்து இறங்கு வதற்கு முன் யுவனைத் தன்னிலிருந்து பிரித்துவிட்டு தன்னிடமிருந்த கருவியைக் கொண்டு இருவரிடமும் பதிந்திருந்த நினைவுகளை நீக்கிவிட்டான். விண்வெளிக்குச் சென்ற இருவரும் மறதி நோய் பீடித்துவந்துவிட்டார்கள் என பூமியில் ஆய்வு தொடங்கியது. ●

வாள்

தன் பரம்பரை வாளைத் தினமும் துடைத்து சுவரில் மாட்டுவது அவன் வழக்கம். தன் ராஜ பரம்பரையின் நினைவுச் சின்னமாக இருக்கும் அந்த வாளை தினமும் பெருமையும் பூரிப்பும் கலந்து தொட்டுப் பார்ப்பான் அவன். அந்த வாள் எத்தனைப் போரைப் பார்த்திருக்கும் என எண்ணிச் சிலிர்த்துப் போவான். அந்த வாளைக் குறித்த வரலாற்றைத் தான் இதுவரை சரியாகத் தேடவில்லையே என நினைத்தபடி ஒரு நாள் இரவு உறங்கிப் போனான். அந்த வாளை இடுப்பில் வைத்துக் கொண்டு ஒரு காட்டில் குதிரையில் அவன் பயணித்துக் கொண்டிருந்தான். எதிரில் ஒருவன் மிகவேகமாக ஈட்டியை வைத்துக் கொண்டு குதிரையில் வந்து கொண்டிருந்தான். அவனைப் பார்த்தவுடன் குதிரையை நிறுத்திவிட்டு மரத்தடியில் இவன் நின்றான். அவன் இவனை நோக்கி ஈட்டியை வீசி எறிந்தான். இவன் வாளால் அதைத் தடுத்து அப்புறப்படுத்தினான். அவன் இவன் முன்பு வந்து நின்றான். இருவருக்கும் வாள் சண்டைத் தொடங்கியது. இவன் கற்ற வாள் சண்டையில் யாரையும் கொல்லக் கூடாது; ஆனால் அவர்களை நிராயுதபாணிகளாக்கி அந்த வெட்கத்தில் அவர்களாகவே இனி எந்தச் சண்டைக்கும் போக முடியாத உறுதி பூண வைக்கவேண்டும் என்பதுதான் இவன் கற்ற பாடம். அதேபோல் எதிரில் இருந்தவனை வீழ்த்தி அவனுடைய வாளை உடைத்து அவனை மண்டியிட வைத்தான். இனி எப்போதும் அவன் எந்தச் சண்டைக்கும் போகக்கூடாது என்று உறுதி மொழி பெற்றுக் கொண்டு அனுப்பிவைத்தான். குதிரையை ஓட்டிக் கொண்டு நாட்டுக்கு வந்தான். அப்போது அங்கு வாள் சண்டை நடக்க விருப்பதாகவும், அதில் கலந்துகொள்பவர்களுக்குப் பெரும் பரிசு தரப்படும் என்றும் அறிவிக்கப்பட்டது. இவன் உடனடியாக அதில்

கலந்துகொண்டான். அதிலும் இதே போல் யாரையும் கொல்லாமல் நிராயுதபாணிகளாக்கி அனுப்பிவைத்துக் கொண்டிருந்தான். இதைக் கண்ட அந்த வாள் சண்டை நடத்திய அரசனுக்கு ஆச்சரியமும் கவலையும் ஏற்பட்டது. இவனை அழைத்து வாள் சண்டை மூலம் அமைதியைப் போதிப்பது நாட்டுக்கு நல்லதல்ல என்றான். இவன் கற்ற பாடம் அமைதிக்காக மட்டுமே ஆயுதம் எடுக்கவேண்டும் என்பதுதான் என்று கூறினான். அப்போது இவன் எதிர்பார்க்காத வகையில் இவன் மீது அரசன் வாளை எடுத்துப் பாய்ச்சப் போனான். இவன் தன் வாளை எடுத்து அதைத் தடுத்து அரசனை நிராயுதபாணியாக்கினான். வெட்கத்தால் முகம் சிவந்த அரசன் தன் அரசப் பதவியை இவனுக்கு விட்டுக் கொடுத்தான். அரியணை ஏறிய இவன் எல்லாப் போர்வீரர்களுக்கும் தன் வாள் சண்டையின் பாடத்தைக் கற்றுக் கொடுத்து உயிரைக் கொல்வதிலிருந்து தடுத்துவிட்டான். ஒரு வீரன் இவனிடம் வந்து ஓர் உயிரைக் கூடக் கொல்லாமல் இவனால் தொடர்ந்து இருக்க முடியுமா என்று கேட்டான். அப்படி ஓர் உயிரைக் கொல்லும் நிலை ஏற்பட்டால் தான் அரச பதவியைத் துறந்து அந்த வாளை இனித் தொடப் போவதில்லை என்று கூறினான். அப்போது அவன் எதிர்பார்க்காத நேரத்தில் அந்த வீரன் வாளை எடுத்து இவன் மீது பாய்ச்ச வந்த போது இவன் தடுக்கப் போய் அது அவனுடைய தலையைக் கொய்துவிட்டது. இவன் திடுக்கிட்டு விழித்து ஓடிப் போய் தன் அறையில் இருந்த வாளைப் பார்த்தான். அதில் ரத்தம் சொட்டிக் கொண்டிருந்தது. ●

வரலாறு

பள்ளியில் அடுத்தநாள் வரலாறு பாடத்திற்கான தேர்வு இருந்ததால் அவன் அதைக் கவனமாகப் படித்துக் கொண்டிருந்தான். அவனுடைய அம்மா மகனுடைய வரலாற்றுப் பாடத்திற்கான காணொலிகள் ஏதாவது வந்திருக்கிறதா எனத் தேடிக் கொண்டிருந்தாள். ஓர் காணொலி கிடைத்தது. அதை இருவரும் பார்க்கத் தொடங்கினார்கள். ஓர் அரசனின் பாதுகையிலிருந்து காட்சித் தொடங்கியது. நல்ல பளபளப்புடன் இருக்கும் பாதுகைகளை அணிந்த அந்தக் கால்கள் மிடுக்காக நடந்துவந்தன. தூரத்தில் அவன் வரும் அறிவிப்பு மெலிதாகக் கேட்டது. அந்தக் கால்களுக்கு உரியவன் அரியணையில் அமர்ந்து கால்களை ஒரு சிறிய மேடையில் எடுத்து வைத்ததுடன் ஒரு கூரிய வாள் அந்தக் கால்களுக்கு அருகில் குத்திட்டு நிறுத்தியிருந்த முரட்டுக் கையும் காட்சியில் வந்தது. அடுத்தக் காட்சியில் அவனுடைய கூர்மையான கண்கள் நாலாபுறமும் நோட்டம் விட்டன. அடுத்த தூரமான காட்சியில் அரசன் அரியணையில் அமர்ந்திருக்க மற்ற அலுவலர்கள் சிறிது எட்டி நின்றிருந்தார்கள். அரசன் அதில் ஒருவனை அழைத்தான். அன்றைய தேதியைக் கேட்டான். அவர் தன் கையில் இருந்த பெட்டியைத் திறந்து அதில் இருந்து ஒரு நீளமான துணியை எடுத்து அதில் கணக்கைப் போட்டு ஒரு தேதியைக் கூறுகிறான். அரசன் கவலையில் மூழ்கிப் போகிறான். மற்றொருவனை அழைக்கிறான். அவன் படைத் தளபதி போல் தெரிகிறது. அண்டை நாட்டின் போர்த் தொடுப்புத் திட்டத்தைக் குறித்துக் கூறுகிறான். அதனால் ஏற்படும் விளைவுகளையும் கூறுகிறான். அரசன் இன்னொருவனை அழைத்து தன் நாட்டு எல்லை எது வரைப் பரவியிருக்கிறது என்று கேட்டறிகிறான். அவன் அதைப் படம் வரைந்து காட்டுகிறான். வேறொருவனை அழைத்து அந்த எல்லை வரைப் படைகள் பயணிக்க ஆகும்

செலவு, நேரம் ஆகியவற்றைக் கேட்டறிகிறான். இன்னும் ஒருவனை அழைத்துப் படைகலன்கள் குறித்து விசாரிக்கிறான். அண்டை நாட்டு அரசன் படை எடுப்பதற்கு முன் அந்த நாட்டின் மீது போர்த் தொடுத்து வீழ்த்தி அதைக் கைப்பற்ற வேண்டும் என்கிறான். அங்கிருப்பவர்கள் அனைவரும் அதை ஆமோதிக்கிறார்கள். போர்க் காட்சி வருகிறது. காலாட் படை வீரர்களும் குதிரைப் படை வீரர்களும் கடும் சண்டை புரிகிறார்கள். பலர் மாய்வது காட்டப்படுகிறது. போரில் இளவரசன் கொல்லப்படும் காட்சிகள் வருகின்றன. ஆனாலும் அரசன் சளைக்காமல் போரிட்டு வெல்வதும் அந்த நாட்டின் கொடிகள் அகற்றப்பட்டு அரசனின் கொடிகள் ஏற்றப்படுவதும் படை வீரர்கள் கொண்டாடுவதும் மாறி மாறி காட்டப்படுகிறது. அந்த நாட்டின் முக்கியத்துவம் வாய்ந்த கோட்டைகள், சின்னங்கள் அழிக்கப்படுவதும் அடுத்து இடம்பெறுகிறது. அரசன் பெருமிதத்துடன் தன் அரியணையில் அமர்ந்திருப்பது அடுத்த காட்சியாகிறது. மிக நெருக்கமான காட்சியில் அவன் அழுக்குப் படிந்த பாதுகைகளைக் காட்டி படம் முடிகிறது. படத்தைப் பார்த்த மகன் அது போன்ற பாதுகைகள் தனக்குக் கிடைக்குமா என்று கேட்கிறான். ●

சுந்தரத்தம்மாள்

அந்தத் தெருவில் சுந்தரத்தின் தாய் மட்டும்தான் யாருக்கு வேண்டுமானாலும் உதவி செய்யக்கூடியவள் என்று பெயரெடுத்தவள். தெருவில் ஒரு செடி வாடிப் போனாலும் அவளுக்குத் தாங்காது. உடனே அதை எடுத்து வந்து அதற்கு உரிய உரமிட்டு அதைத் தழைத்து வளரச் செய்துவிடுவாள். அவள் வீட்டுக்கு வரும் பிச்சைக்காரர்களிடம் தாயைப் போல் பழகுவாள். அவர்களைப் பாடச்சொல்லி அதை அலைபேசியில் பதிவு செய்து சமூக வலைத்தளங்களில் பதிவிடுவாள். இது போன்ற தாய்மையை யாருமே எங்குமே கண்டதில்லை என ஆயிரம் பேர் அதற்கு மறுமொழி இடுவார்கள். அதில் புளங்காகிதம் அடைந்து தன் பாட்டி, நூலால் செய்த பொம்மைகளைத் தெருவில் விளையாடும் குழந்தைகளுக்குக் கொடுப்பாள். அவளின் தாய்மைதான் அவளின் அழகு என அவளுடைய தோழமைகள் எல்லோரும் அவளைக் கொண்டாடினார்கள். அவள் அதில் உச்சம் தொட்டுவிடவேண்டும் எனப் பதற்றப்பட்டாள். அவள் தெருவில் நடக்கும் போது நான்கு புறத்திலும் பார்த்துக் கொண்டு நடனமாடுவது போல் நடந்து சென்று தன் தாய்மையைக் காட்டும் வாய்ப்புக்காகப் பெரும் போராட்டம் நடத்துவாள். அவளால் ஓரிடத்தில் அசையாமல் நிற்க முடியாது; உட்கார முடியாது. ஏனெனில் பல திசைகளிலிருந்தும் அவளுடைய தாய்மையைக் காட்டுவதற்கான கோரிக்கை வந்துவிடும் என எப்போதும் பல திசைகளின் ஈர்ப்புக்கு தன்னை ஈடுகொடுத்துக் கொண்டே இருப்பாள். அவளுக்கு யாருடைய எதிர்மறை குணம் பற்றியும் தெரிந்துகொள்ள விருப்பம் இருந்ததில்லை. பல வீட்டுக் குழந்தைகள் அவளிடமே இருந்துவிட வேண்டும் என ஏங்கிப் போயின. இப்படி இவள் தாய்மையின் புகழ் ஓங்கிக் கொண்டிருப்பதைப் பார்த்து அவளுடைய மகன்

சுந்தரத்திற்குத் தாளவில்லை. தனக்கு மட்டுமே தாயாக இருப்பதில் ஏன் அவள் திருப்தி அடையவில்லை என நினைத்து நினைத்து மருகிப் போனான். அவன் வளர்ந்து பெரியவனாகும் வரை அவள் புகழ் உச்சியைத் தொட்டது. அவன் மருத்துவம் படித்து அதில் உளவியலை முதுகலையில் சிறப்பு கல்வியாகப் பயின்றான். தனது தாய்க்குத் தாய்மையால் நிறைவடையாத மனநோய் இருப்பதாக முடிவு செய்தான். அவளைக் குணப்படுத்த என்ன செய்வது என யோசித்தான். ஒரு நாள் அவளை அழைத்து அந்த ஊரை விட்டு தான் நிரந்தரமாகப் போய்விட முடிவெடுத்திருப்பதாகவும் அவள் விரும்பினால் உடன் வரலாம் என்றும் கூறினான். இரண்டு நாளில் முடிவு சொல்வதாக அவள் கூறிவிட்டாள். மற்றவர்களுக்குத் தன் தாயன்பைக் கொடுப்பது தன் மகனுக்கு ஏற்புடையதாக இல்லை, அதைச் சொல்லத் துணிவில்லாமல் இப்படி முடிவெடுத்திருக்கிறான் எனப் புரிந்துகொண்டு தானும் உடன் வருவதாக அவனிடம் சொன்னாள். தான் போகும் இடத்தில் பேசும் மொழி அவளுக்குப் புரியாது என்றான். அதில் சிக்கல் இல்லை என்றாள் அவள். அவன் குழப்பமாகப் பார்த்தான். எல்லா இடத்திலும் தாய்மையைப் புரிந்துகொள்வார்கள் என்றாள். தன்னால் இந்த நோயைத் தீர்க்க முடியாது எனத் தோன்றி தான் எங்கும் போகவில்லை என்று கூறிவிட்டான். ●

தலையில் பூ

பக்கத்து வீட்டில் இருந்த பெண் கீழ் வீட்டில் இருந்த பெண்ணுக்குத் தலையில் பூவுடன் குழந்தை பிறந்திருப்பதாகவும் அந்தப் பூ வாடவே இல்லை என்றும் அது நல்ல மணம் வீசிக் கொண்டிருப்பாதாகவும் வந்து சொன்னாள். மெதுவாக இந்தச் செய்தி ஊர் முழுக்கப் பரவி விட்டது. அந்தக் குழந்தை பெரும் பிரபலமடைந்தது. அது பூ அல்ல, இரத்தக் குழாயின் வெளிப்புற வளர்ச்சி என்றார்கள் சில மருத்துவர்கள். தலை முடி இப்படி பூ போல் சுருண்டுவிட்டதாக வேறு சில மருத்துவர்கள் சொன்னார்கள். சிலர் இரு பிறவிகளாகப் பிறக்க வேண்டியதில் குறை வளர்ச்சியுடன் இந்தக் குழந்தையின் உடலில் மற்றொரு குழந்தையின் ஒரு சிறிய உடல் பாகம் ஒட்டிக் கொண்டிருக்கிறது என்றார்கள். மற்ற சில மருத்துவர்கள் இரு உயிரினங்கள் கலப்பில் அதிசயமாக இது போல் நிகழும் என்றார்கள். எப்படி இருந்தாலும் அந்தக் குழந்தை அதிசயமான ஒன்றாகப் பார்க்கப்பட்டது. தினமும் ஊதிப் பெருக்கப்பட்டச் செய்திகளாக அந்தக் குழந்தை பற்றி பல தகவல்கள் வந்து கொண்டிருந்தன. ஒரு கட்டத்திற்குப் பின் பெற்றோருக்கு இது பெரும் தொல்லையாகிவிட்டது. சில சமயங்களில் குழந்தையின் தலையில் இருந்த பூவைப் பிய்த்துப் போட்டுவிட்டால் என்ன என்று தோன்றும் அளவுக்கு அவர்களுக்கு வெறுப்பு வந்தது. நாளுக்கு நாள் அந்தப் பூ வளர்ந்து கொண்டே வந்தது. குழந்தை பள்ளிக்குச் செல்லத் தொடங்கினான். பள்ளியில் மற்ற குழந்தைகள் தலையில் பூ வைத்திருக்கும் சிறுவன் என அவனை எள்ளி நகையாடினார்கள். அவனுக்கு அவமானமாக இருந்தது. பெற்றோரிடம் சொன்னான். மீண்டும் மருத்துவர்களிடம் அவனை அழைத்துச் சென்று அந்தப் பூவை அறுவை சிகிச்சை செய்து எடுத்து விட முடியுமா என்று ஆலோசித்தார்கள். ஆனால் அதை எடுத்தால் அவன் உயிருக்கே ஆபத்தாக முடியும் என அவர்கள் கூறிவிட்டார்கள். வேறு வழி இல்லாமல் பொறுத்தான் சிறுவன். ஆனால் படிப்பில் அவன் கூர்மையை யாராலும் சமன் செய்ய முடியவில்லை. எப்போதும் தேர்வுகளில் நூறு சதவீத மதிப்பெண்களே பெற்றான். மருத்துவத்தில் பட்டம் பெற்றான். அதில் மேல் படிப்பு படித்து தன் தலையில் இருக்கும் பூ எப்படி வளர்ந்தது என்று ஆராய்ந்தான். தனது மூதாதையர்களில் ஒருவர் மனித உடலில் முளைக்கும் செடியின் விதையை உண்டதால் தன் மரபணுவில் அது சேகரமாகி தன் தலையில் பூவாக முளைத்திருப்பதாகக் கண்டுபிடித்தான். ●

கட்டிடம்

அவன் பெரிய கட்டிடக் கலை நிபுணன். பலருடைய வீடுகளை அவன் கட்டிக் கொடுத்தான். அந்தக் கட்டிடங்களின் அழகைக் கண்டு வியந்து பலரும் அவனிடம் அது போன்ற கலையம்சம் நிறைந்த வீடுகளையும் கட்டிடங்களையும் கட்டித் தரச் சொல்லிக் கேட்டார்கள். அவனுடைய நிபுணத்துவத்தில் இதுவரை காணாத வகையிலான கட்டிடங்களாக அவை இருந்தன. அவன் கட்டி முடித்தக் கட்டிடங்களில் வெளியிலிருந்து உள்ளே வர ஒரு சிறு துளையை வைத்துவிடுவான். இரவில் மிகச்சிறிய மனிதனாக உருமாறி அந்தத் துளைகளுக்குள் புகுந்து தான் கட்டிய கட்டிடங்களைச் சிறிது நேரம் சுற்றி வந்துவிட்டு வெளியேறிவிடுவான். அது அவனுக்கு மிகவும் பிடித்த விளையாட்டு. அது பெரும் குதூகலத்தை அவனுக்குத் தந்தது. அவனுடைய நிபுணத்துவத்தைக் கேள்விப்பட்டு ஒரு பெண் வந்து தனக்கு ஒரு வீடு கட்டித் தரக் கேட்டாள். இவனும் வழக்கம் போல் ஒரு துளையை வைத்து வீட்டைக் கட்டி முடித்தான். வீட்டைச் சுற்றிப் பார்த்த அவள் மிகச் சிறிய அந்தத் துளையைக் கண்டு அதை மூடிவிடும்படிச் சொல்லிவிட்டாள். இவனும் அந்தத் துளைக்கு ஏற்ற ஒரு கதவைச் செய்து வெளியிலிருந்து மூடிவிட்டு அங்குத் துளை எதுவும் இல்லை என அவளை நம்ப வைத்துவிட்டான். அவளும் திருப்தி அடைந்து பணத்தைக் கொடுத்து அவனை அனுப்பிவிட்டாள். இரவு எப்போதும் போல் மிகச்சிறிய மனிதனாக மாறி அந்த வீட்டுக்குள் நுழைந்து சுற்றிப் பார்க்கத் தொடங்கினான். அவளுக்குத் தூக்கம் வராமல் இருந்ததால் வீட்டுக்குள் யாரோ வந்திருப்பது போல் உணர்ந்து விளக்கைப் போட்டுப் பார்த்தாள். அவளுடைய காலடிச் சத்தம் கேட்டவுடன் இவன் வீட்டை விட்டு வெளியே ஓடிவந்துவிட்டான். அடுத்த நாள் எப்படியாவது அந்த வீட்டுக்குள் போய்விடவேண்டும் என்று நினைத்தான். அவளுக்கு

ஏதோ ஒரு சந்தேகம் வந்து வீட்டுக்குள் யாரோ வருகிறார்கள், அதைக் கண்காணிக்க வேண்டும் என விளக்குகளை அணைத்துவிட்டுக் காத்திருந்தாள். இவன் வந்த அரவம் கேட்டவுடன் பூனை போல் நடந்து வந்து அந்தத் துளை இருந்த இடத்தில் பார்த்தாள். இலேசான வெளிச்சத்தில் இவன் நடப்பது தெரிந்து மெதுவாகப் பின்னால் வந்து சட்டென்று இவனைத் தூக்கி மேஜை மீது வைத்து விளக்கைப் போட்டாள். இவன் முழித்துக் கொண்டு நின்றிருந்தான். எதற்காக உள்ளே வந்தான் என விசாரித்துவிட்டு அவன் செய்த தவறுக்குத் தண்டனையாக அவள் சொல்வதைக் கேட்கவேண்டும் என்றாள். அவன் அதை ஏற்றுக் கொண்டான். அவன் எப்படி சிறிய மனிதனாக உருமாறியிருக்கிறானோ அப்படியே தன்னையும் மாற்றவேண்டும் எனவும், அவன் இதுவரை கட்டிய கட்டிடங்களின் பட்டியலைத் தரவேண்டும் எனவும் சொன்னாள். இப்படி உருமாறும் ரகசியத்தை ஒரு வேற்றுக்கிரகவாசி தனக்குக் கற்றுத் தந்ததாகவும் அதை மற்றவர்களுக்குச் சொன்னால் அது பலிக்குமா என்று தெரியாது எனவும் இவன் கூறினான். அவன் அதைக் கற்றுக் கொடுக்கா விட்டால் அவனை ஒரு பெட்டியில் போட்டு மூடி வைத்துவிடப் போவதாகச் சொல்லி பயமுறுத்தினாள். அவனும் அதை அவளுக்குச் சொல்லிக் கொடுத்தான். அந்த மந்திரத்தை அவள் சொன்னவுடன் அவளும் சிறிய பெண்ணாக உருமாறிவிட்டாள். அவனை வெளியே அனுப்பிவிட்டு அவன் கட்டிய கட்டிடங்களைப் பார்க்கக் கிளம்பினாள். ●

விலங்கு

அவளுக்கு வன விலங்குகளை வீட்டில் வளர்க்க வேண்டும் என்று ஆசை வந்தது. ஆனால் அதற்கு அனுமதி இல்லாததால் வேறு ஏதாவது வழி இருக்குமா என்று பலருடன் ஆலோசித்தாள். அப்போது ஒரு சாமியார் தன்னிடம் ஒரு மந்திரம் இருப்பதாகவும் அதைப் பெற அவருடைய பெயரை ஓராயிரம் முறை சொல்லி, ஓராயிரம் முறை எழுதி, அவருடைய காலில் ஓராயிரம் முறை விழுந்து வணங்கினால் யாரை வேண்டுமானலும் அவள் விரும்பும் விலங்காக மாற்றிவிடும் மந்திரம் கிடைக்கும் என்று கூறினார். அதை ஏற்றுக் கொண்டு அவளும் அவருடைய பெயரை ஓராயிரம் முறை எழுதி, சொல்லி, அவர் காலில் ஆயிரம் முறை விழுந்து வணங்கியவுடன் அவளுக்கு அந்த மந்திரம் கிடைத்தது. வீட்டுக்கு வந்தவுடன் தன் பணியாளை அழைத்து அவன் நாயாக வேண்டும் என நினைத்து அவன் முன் அந்த மந்திரத்தைச் சொன்னாள். உடனே அவன் நாயாக மாறிக் குரைத்தான். அவளுக்குப் பெரு மகிழ்ச்சி ஏற்பட்டது. இப்படியே தன் அலுவலகத்தில் உள்ளவர்களை ஒவ்வொருவராகத் தனியே அழைத்து அவள் நினைக்கும் சிங்கம், புலி, கரடி, நரி என மாற்றி வீட்டின் கீழ் தளத்தில் அடைத்து வைத்துக் கொண்டாள். இரவில் அவைப் பெரும் ஒலி எழுப்பின. இதனால் அண்டை வீட்டார் அதைக் குறித்து வன விலங்கு அதிகாரிகளிடம் புகார் எழுப்பினர். அவள் வீட்டுக்கு வன விலங்கு அதிகாரிகள் குழு வந்தது. அப்போது அந்த விலங்குகளை மனிதர்களாக மாற்றி அவளுடன் உணவருந்தும்படி செய்துவிட்டாள். அந்த அதிகாரிகள் வன விலங்குகளின் ஓலம் குறித்து விசாரித்த போது தான் அது போன்ற திரைப்படங்களைப் பார்ப்பதாகக் கூறிவிட்டாள். அந்தக் குழுவில் இருந்த ஓர் அதிகாரி அவள் எதையோ மறைப்பது போல் எண்ணிக் கொண்டு போய்விட்டான். இரவு அவள் வீட்டுக்குள் ரகசியமாக நுழைந்து பார்த்த போது வீட்டின் கீழ் தளத்தில் வனவிலங்குகள் இருப்பதைக் கண்டுபிடித் தான். அதை மற்ற அதிகாரிகளிடம் சொல்ல அலைபேசியை எடுத்துத் திரும்பிய போது அவள் நின்றிருந்தாள். அவனையும் பாம்பாக மாற்றிவிட அந்த மந்திரத்தைச் சொல்லிக் கொண்டிருந்த போது அவன் துப்பாக்கியை எடுத்து நீட்டினான். உடனே ஓடிச் சென்று தன் அறையிலுள்ள கண்ணாடி எதிரே தன் பிம்பத்தை நோக்கி அவள் அறியாமல் அந்த மந்திரத்தைச் சொல்லி முடிக்க அவள் பாம்பானாள். ●

வண்ணமயில்

அவள் அன்று தன் வீட்டு வாசலில் அமர்ந்திருந்த போது ஒரு வண்ணமயில் வந்து முற்றத்தில் இறங்கியது. அது வரை அது போன்ற ஒரு வண்ணமயிலை அவள் பார்த்ததே இல்லை. தலையிலிருந்து கழுத்துவரை வெள்ளை அதன் பின் பல நிறங்கள் தோகை வரை நீண்டிருந்தன. அதன் அழகில் அவளுக்குப் பேச்சே வரவில்லை. அவள் முன் தோகை விரித்தாடியது மயில். அவளுக்கு அதைக் கண்டவுடன் ஒரு கவிதை எழுதவேண்டும் போல் இருந்தது. அதை உடனே தன் அலைபேசியில் எழுதிக்கொண்டாள். அது ஆடி முடித்துவிட்டுப் பறந்துபோய்விட்டது. தினம் அந்த வண்ணமயில் வந்தது. அவளும் தினம் ஒரு கவிதை எழுதினாள். நூறு கவிதைகளுக்கு மேல் எழுதியிருப்பாள். ஒரு நாள் அந்த வண்ணமயில் மிகவும் அழகாக வெகு நேரம் நடனம் ஆடியது. அதன் பின் முற்றத்திலேயே அமர்ந்துவிட்டது. அவள் தானியத்தை எடுத்துக் கொடுத்தாள். அதை அது சாப்பிடவில்லை. சிறிது நேரத்தில் அது பறந்துபோய்விட்டது. அதன் பின் அது வரவே இல்லை. அது அமர்ந்திருந்த இடத்தில் அதன் முட்டைகள் இருந்தன. அதை எடுத்து ஒரு கூடையில் போட்டு ஒரு கோழியை வாங்கி அதை அடைகாக்க வைத்தாள். சில நாள்களில் அழகான மயில் குஞ்சுகள் பொரித்துவந்தன. அவற்றை மிகவும் ஆசையோடு வளர்த்தாள். அவையும் அழகான வண்ணமயில்களாக வளர்ந்தன. அவை தினம் வெளியில் போய் பல இடங்களைச் சுற்றிவிட்டு இரவு வந்துவிடும். ஒரு நாள் அவை வரவில்லை. அவளுக்குத் தாங்க முடியாத துயரமாக இருந்தது. அவற்றிற்கு ஏதாவது ஆகிவிட்டிருக்குமா என எண்ணிக் கலங்கினாள். அடுத்த நாள் அவள் அந்த வண்ணமயிலைப் பார்த்து எழுதிய கவிதைகளை எடுத்துப் பாடினாள். அந்த வண்ணமயிலும் அதன் குஞ்சுகளும் அவள் முற்றத்தில் வந்து இறங்கின. அவளுக்குத் தாங்க முடியாத மகிழ்ச்சி. அதுவரை மயில் குறித்து ஒரு கவிதைகூட எழுதாதவள், அதிலிருந்து எல்லா கவிதைகளும் மயில் குறித்தே எழுதினாள். ●

மஞ்சள் பறவை

அவன் வீட்டுக்குத் தினமும் வரும் அந்த மஞ்சள் பறவையை அவனுக்கு மிகவும் பிடிக்கும். அது தன் வீட்டிலேயே இருந்துவிட வேண்டும் என ஏங்குவான். ஒரு நாள் அதனிடம் தன் ஆசையைத் தெரிவித்தான். அதற்கு அந்தப் பறவை அவன் வீட்டிற்குள் வந்து ஒரு துணியின் மீது தன் மஞ்சள் நிறத்தை உதிர்த்து விட்டு அந்தப் பொடியை எடுத்து ஒரு பறவை உருவம் செய்து அதன் மீது தடவினால் அந்தப் பறவைக்கு உயிர் வந்துவிடும் எனவும் அதனை அவன் வளர்க்கலாம் என்றும் சொல்லிவிட்டுப் பறந்து போய்விட்டது. அவனும் உடனடியாக ஓர் அட்டையை எடுத்து அதில் பறவை உருவம் வரைந்து துணியின் மீதிருந்த பொடியை எடுத்துத் தடவினான். அந்தப் பறவை உயிர் பெற்றுவிட்டது. அவனுக்கு ஆச்சரியம் தாளவில்லை. அதற்கு ஓர் கூண்டு வாங்கி வந்து அதில் வைத்து வளர்க்கத் தொடங்கினான். தினமும் காலையில் அவன் அலுவலகம் கிளம்பும் போது அன்று அவனுக்கு என்ன நடக்கும் என்று அது துல்லியமாகக் கூறியது. அதனால் அவனுக்கு வேலைக்குப் போனாலும் பறவையின் நினைவாகவே இருந்தது. அன்று கிளம்பும்போது அது கண்டம் வரும் என்றது. அவனுக்குக் கலக்கமாக இருந்தது. அந்தப் பறவையைப் பாது காப்பாக வளர்க்க வேண்டும் என்று எண்ணிக் கொண்டான். அலுவலகத்தில் புதிதாக ஒரு பெண் வேலைக்கு வந்து சேர்ந் திருந்தாள். அவளைப் பார்த்தவுடன் அவனுக்குப் பிடித்துவிட்டது. அவளைத் திருமணம் செய்து கொள்ளலாம் என்று தோன்றியது. அவளை வீட்டுக்கு அழைத்து வந்தான். அவளைப் பார்த்தவுடன் பறவை அலறத் தொடங்கியது. அது பயந்துவிட்டது என்று கூறி அவளையும் அந்தப் பறவையையும் சமாதானப்படுத்தினான். அவள் உள்ளூர சிரித்துக் கொண்டாள். அந்தப் பெண்ணை

விட்டுவந்து அந்தப் பறவையிடம் அவளைத் திருமணம் செய்துகொள்ள விரும்புவதாகச் சொன்னான். அந்த முடிவைக் கைவிடுமாறு பறவைச் சொன்னது. அவனுக்கு அது உடன்பாடாக இல்லை. அலுவலகம் வந்து சிந்தித்துப் பார்த்தான். பறவைக்காக அந்தப் பெண்ணை விட்டுவிட அவனுக்கு மனமில்லை. இருந்தாலும் பறவை மீதிருந்த பாசம் அவனைத் தடுமாற வைத்தது. பறவையிடம் சொல்லாமல் திருமணம் முடித்து அவளை வீட்டுக்கு அழைத்து வந்தான். பறவை அமைதியாக இருந்தது. அவளை விட்டுவிட்டு அலுவலகம் கிளம்பினான். பறவையின் அருகே வந்த அவள் தன்னிடம் அது மாட்டிக் கொண்டது என்றாள். பறவை மௌனமாக அவளைப் பார்த்தது. முட்டைகளைத் தின்றுவிட்டேன் என்று கருடனிடம் என்னைப் பிடித்துக் கொடுத்தப் பறவை நீ என்று எனக்குத் தெரியும் என்றாள். நீயும் பெண்ணல்ல பாம்பு என்று தெரியும் என்றது பறவை. அதனைக் கூண்டிலிருந்து பிடிப்பதற்காக அவள் கையை உள்ளேவிட்டாள். அது அவள் கைக்குச் சிக்காமல் மிகச்சிறிய பறவையாக மாறி வெளியில் பறந்து சென்றுவிட்டது. அவன் அலுவலகத்திலிருந்து வரும் நேரம் அவள் படுக்கையில் படுத்துக் கொண்டு அவன் வந்தவுடன் அந்தப் பறவைத் தன்னைக் கொத்திவிட்டு பறந்துவிட்டதாகச் சொன்னாள். அதைத் தானே வெளியில் விட்டுவிடலாம் என்று நினைத்தபோது இப்படிச் செய்துவிட்டதே என நினைத்து அது போனதே போதும் என நிம்மதியானான். ●

இரும்புக் கை

அவன் சிறுவயதில் இரும்புக் கை மாயாவி போன்ற காமிக்ஸ்களைப் படித்துத் தனக்கும் அது போல் ஓர் இரும்புக் கை இருந்தால் பல கொள்ளைகளை மிகச் சுலபமாக அரங்கேற்றலாமே எனக் கற்பனை செய்து கொள்வான். பெரியவன் ஆனதும் இரும்பை உருக்கி பொருள்களைச் செய்யும் ஒரு தொழிற்சாலைக்குச் சென்று தனக்கு ஓர் இரும்புக் கை செய்து வாங்கிக் கொண்டான். வங்கிகளின் லாக்கர்களை உடைத்துத் திருடுவது அவன் தொழில். திரைப்படங்களைப் பார்த்து அந்த இரும்புக் கையின் விரல் ஒன்றில் துப்பாக்கியையும் வெளியே தெரியாத படி பொருத்திக் கொண்டான். அது வெடிக்கும் ஒலி வெளியில் கேட்காத வகையில் அதில் சிறிய கருவி ஒன்றையும் வைத்துக் கொண்டான். வங்கிகளுக்குச் செல்லும் போது இரும்புக் கையைப் பொருத்திக் கொண்டு செல்வான். அங்கிருக்கும் அதிகாரிகளிடம் தனக்கு ஒரு கை இல்லை என்றும் அதற்குப் பதிலாக இரும்புக் கையைப் பொருத்தி இருப்பதாகவும் சொல்வான். வங்கியில் சில நாட்களில் பழகிவிடுவான். லாக்கரில் வைக்க எங்கேயாவது திருடிய நகைகளைக் கொண்டு வந்து கொடுப்பான். லாக்கர் அறைக்குப் போக வர இருப்பான். அப்போது பல லாக்கர்களை உடைத்து அவற்றில் இருக்கும் எல்லாவற்றையும் அள்ளிக் கொள்வான். அதன் பின் அந்த வங்கிப் பக்கம் தலைவைத்தும் படுக்கமாட்டான். இப்படியே வேறு ஓர் ஊருக்குப் போவான். அங்கும் இதே தொழில்நுட்பத்தைப் பயன்படுத்தி கொள்ளை அடித்துவிடுவான். ஒவ்வொர் இடத்திற்கும் தக்கபடி புதிய உருவத்தை மாற்றிக் கொள்வான். ஆதாரங்களை மாற்றிக் கொள்வான். கை மட்டும் இரும்புக் கையாக இருக்கும். இப்படி பல வங்கிகளில் கொள்ளை போனது குறித்து கண்டறிய காவல் துறையில் ஒரு குழு

அமைக்கப்பட்டது. அதில் ஒரு காவலர், லாக்கர்கள் பலவும் துப்பாக்கியால் சுட்டுத் திறக்கப்பட்டிருப்பதைக் கண்டுபிடித்தார். துப்பாக்கியுடன் யாரும் வரவில்லை என்பது உறுதிப்படுத்தப்பட்டது. அதனால் குற்றவாளியைக் கண்டுபிடிப்பதில் பெரும் சிரமம் ஏற்பட்டது. அந்தக் காவலர் தன் சொந்த ஊருக்குச் சென்று வங்கியின் லாக்கரில் வைத்திருந்த தன் மனைவியின் நகைகளை எடுத்து வர அவசரமாகப் போக வேண்டியிருந்தது. அந்த வங்கிக்குப் போய் லாக்கரைப் பார்த்த போது அது உடைந்து அதிலுள்ள நகைகள் எல்லாம் கொள்ளை போனது தெரிய வந்தது. லாக்கர் அறைக்கு வந்தவர்கள் யார் என ரகசியமாக வேவு பார்த்த போது இரும்புக் கை உடையவன் அந்த வங்கிக்கு அடிக்கடி வந்து போயிருப்பது தெரிய வந்தது. அவன் மீது ஏனோ அந்தக் காவலருக்குச் சந்தேகம் வந்தது. அவன் இருப்பிடத்தை அறிந்து அங்குப் போய்ச் சேர்ந்தார். அவன் அன்று அங்கிருந்து கிளம்பத் திட்டமிட்டு இருந்ததால் இரவு வரை காத்திருக்கலாம் என எண்ணித் தூங்கிவிட்டான். உள்ளே இருப்பவனிடம் துப்பாக்கி இருப்பதால் கவனமாகக் கையாளவேண்டும் எனக் காவலர் ஒரு பெரிய காந்தத்தை வரவழைத்தார். அவன் இருந்த அறைக்குள் சாவி துவாரம் வழியாகப் பார்த்த போது அவன் தூங்கிக் கொண்டிருந்தது தெரிந்தது. அந்த அறையிலிருந்த பாத்ரூம் ஜன்னல் வழியாக ஒலி வராமல் குதித்து அந்த அறைக்குள் நுழைந்து அவன் வைத்திருந்த இரும்புக்கை மீது காந்தத்தை வைத்து இழுத்துவிட்டார். அந்தக் கை காந்தத்தோடு வந்துவிட்டது. நிராயுதபாணியான அவனிடமிருந்த தங்க நகைகள் மீட்கப்பட்டன. ●

சிறை

அவள் சிறைக்கு வந்து சில நாள்கள் ஆகிவிட்டன. அவளுடன் மற்றொரு பெண்ணையும் சேர்த்து அந்த அறையில் அடைத்தார்கள். அந்தப் பெண் அழுது கொண்டே இருந்தாள். என்ன காரணத்திற்காகத் தண்டனை கொடுத்திருக்கிறார்கள் என அவளிடம் கேட்டாள். கொலைக் குற்றம் என்றாள். யாரை என்றாள். தன் குழந்தையை என்றாள் அவள். ஏன் என வினவினாள். அது குழந்தை அல்ல என்றாள். எப்படித் தெரிந்தது என்றாள். பிறந்தவுடன் அது பேசத் தொடங்கியது என்றாள். என்ன பேசியது எனக் கேட்டாள். தான் அவளுடைய இறந்து போன கணவன் என்று சொன்னது என்றாள். வேறு என்ன சொன்னது என்றாள். தன்னை அவள் கொன்றதற்கான காரணத்தைக் கேட்டது என்றாள். கணவனைக் கொன்றாயா என்றாள். ஆம் என்றாள். எதற்கு என்றாள். குடித்துவிட்டு வந்து அடித்துக் கொடுமைப்படுத்தியதால் என்றாள். குழந்தையாக வந்தது கணவன் தானா என்று கேட்டாள். அப்படித்தான் அது சொன்னது என்றாள். அதற்காக அதைக் கொன்றுவிட்டாயா என்றாள். அது நான் செய்த கொலையை எல்லோருக்கும் சொல்லப் போவதாகப் பயமுறுத்தியது என்றாள். குழந்தை பேசுவது போல் நீயாக நினைத்திருக்கலாம் என்றாள். இல்லை, என்னிடம் மட்டும் இல்லை அண்டை வீட்டாரிடமும் பேசியது என்றாள். எப்படிக் கொன்றாய் என்றாள். விஷம் கொடுத்துவிட்டேன் என்றாள். எதற்காக இங்கு வந்து அழுது கொண்டிருக்கிறாய் என்றாள். ஒரே மனிதனைத் திரும்பத் திரும்பக் கொன்றதற்காகாத்தான் என்றாள். தண்டனை அனுபவித்த பின் உனக்கு நிம்மதியாக இருக்கும் என்றாள். இல்லை, மனப் பிறழ்வுடையவள் என்று மனநோயாளிகளின் இல்லத்திற்கு அனுப்பிவைப்பார்கள். அதன் பின் விரைவில் விடுதலை செய்துவிடுவார்கள். திரும்பவும் அவன் ஏதோ ஒரு வடிவத்தில் வருவான். அவனைத் திரும்பவும் கொல்ல வேண்டியிருக்கும். இந்தத் தீராத கொலைப்பழியை ஆயுள் முழுக்கச் சுமக்க வேண்டியிருப்பதை நினைத்து அழுகிறேன் என்றாள். ●

ஓவியம்

கண் பார்வையற்ற அந்த ஓவியன் அவளை வரைய பெரும் முயற்சி எடுத்தான். ஒவ்வொரு முறையும் முயற்சிக்கும் போதும் வேறொரு பெண் ஓவியமாக உருவெடுத்தாள். அந்தப் பெண் அவளல்ல என்பதைப் புரிந்துகொண்டு மீண்டும் மீண்டும் முயற்சி செய்தான். இறுதி வரை அவனால் அவளைப் படத்தில் வரையவே முடியவில்லை. அவன் வரைந்த படங்களைக் காட்சிக்கு வைத்தான். அதைக் காண அவள் வந்தாள். இத்தனைப் பெண்களை உனக்குத் தெரியுமா என்று கேட்டாள். எல்லாப் பெண்களுமே உன்னை வரைய நினைத்து தோல்வி அடைந்ததில் உருவானவர்கள் என்றான். என்னை வரைய முடியாவிட்டால் வேறு பெண்ணை வரைந்துவிடுவாயா என்றாள். வேறு வழி தெரியவில்லை என்றான். என்னை வரையவே முடியாதா என்று கேட்டாள். உன்னை என் மூளையில் அகப்படுத்தி வைத்திருப்பதால் என் கைகளில் வர மறுக்கிறாய் என்றான். நான் இங்கேயே இருந்தால் உன்னால் வரைய முடியுமா என்று கேட்டாள். முயற்சிக்கிறேன் எனச் சொல்லிவிட்டு அவளை வரையத் தொடங்கினான். அந்த ஓவியத்தில் அவள் மிகவும் உயிர்ப்புடன் காணப்பட்டாள். அந்தப் படத்தில் இருப்பதுதான் அசல். அவள் நகல் என்பது போல் அவளுக்குத் தோன்றியது. அந்தப் படத்தைத் தன்னிடம் தருமாறு கேட்டாள். இதுவரைக் கண்ணால் காணாமலேயே ஓவியங்களை வரைந்து வந்தேன். இந்தப் படத்தை என் மனக்கண் கொண்டு வரைந்துவிட்டேன். இதை வைத்துக் கொண்டு வாழ்ந்துவிடுவேன். அந்தப் படத்தில் இருக்கும் பெண்ணை அவனுக்குள் ஈர்த்துக் கொண்டு அவள் கண் வழியே காணப் போவதாகக் கூறி அந்தப் படத்தை மிக அருகில் உற்று கவனித்தான். அந்தப் படத்தில் இருந்த பெண் அவனுள் இறங்கிக் காணாமல் போனாள். அப் போதுதான் முதல் முறையாகக் கண் பார்வை கிட்டி உலகத்தைக் கண்டவன் தன் ஓவியக் கண்காட்சி அறைக்குச் சென்றான். அங்கு நின்றிருந்த அவளைப் பொருட்படுத்தவே இல்லை. அவள் அங்கு இருக்கிறாள் என்பதை அவன் அறியவே இல்லை. அங்கிருந்து அவன் கிளம்பிச் சென்றுவிட்டான். அவளால் அவன் உதாசினத்தை ஏற்க முடியவில்லை. இனி அவன் கண் பார்வையில் மட்டுமே வாழ்வது என முடிவு செய்து அவனுடைய ஓவிய அறைக்குச் சென்று அங்கிருந்த ஒரு கித்தானில் ஓவியமானாள். ●

நாய்

அவன் பள்ளி விட்டு வந்தவுடன் தன் செல்ல நாயுடன் கொஞ்சத் தொடங்கிவிடுவான். அது ஏதாவது பேசும். அவனும் அதனுடன் பேசுவான். ஒரு நாள் நாய் அவனிடம் குரைத்து குரைத்து ஏதோ சொன்னது. இது வரை சொல்லாத பேச்சை அது சொல்கிறது என அவனுக்குப் புரிந்தது. அதை வெளியில் அழைத்துச் சென்றான். அது அண்டை வீட்டைக் கண்டு குரைத்தது. அந்த வீட்டில் இருப்பவர்களுக்கு அந்த நாயைக் கண்டால் பிடிக்காது. அதனால்தான் அதுவும் குரைப்பதாக எண்ணிக் கொண்டு அதனை அழைத்துக் கொண்டு தெருவில் நடந்தான். அப்போதும் நாய் ஏதோ சொல்லிக் கொண்டுதான் வந்தது. அவனும் அதைக் கேட்பது போல் 'உம்' கொட்டி வந்தான். ஓரிடத்தில் நாய் நின்றது. அங்கிருந்த குப்பைத் தொட்டியைக் கண்டு குரைத்தது. அதில் அவன் எட்டிப் பார்த்தான். ஒரு தெரு நாய் அதில் இறந்துகிடந்தது. உடனே தன் செல்ல நாய் அதனால் பாதிப்படையக் கூடாது என்று அங்கிருந்து வேகமாக வீட்டுக்கு அழைத்து வந்துவிட்டான். அவனுடைய அம்மா நாய்க்குச் சாப்பிடக் கொடுத்தாள். நாய் அதைச் சாப்பிடாமல் குரைத்தது. அண்டை வீட்டுக்காரர்கள் வெளி நாட்டிலிருந்து வந்த நாய்க்கான உணவு அது என்று சொல்லிக் கொடுத்துவிட்டுச் சென்றதாகச் சொன்னாள். ஏன் அதைச் சாப்பிட மறுக்கிறது எனப் புரியாமல் அவன் தன்னுடைய அறையில் போய் பாடங்களைப் படிக்கத் தொடங்கினான். நாய் அதன் தட்டில் வைக்கப்பட்ட உணவை இழுத்து ஜன்னல் வழியாக வெளியே தள்ளிவிட்டது. ஏதோ ஒலி வந்ததைக் கேட்டு அவன் நாய் இருந்த அறைக்கு வந்தான். ஜன்னலைப் பார்த்து அது குரைத்தது. அவன் எட்டிப் பார்த்தான். நாயுடைய தட்டு கீழே உணவுடன் சிதறிக் கிடந்தது. செல்ல நாய்க்கு இப்போது கொழுப்பு அதிகம் ஏறிவிட்டது. அதனால்தான் இத்தனை சேட்டை செய்கிறது என எண்ணிக் கொண்டு அவன் உள்ளே போய்விட்டான். சிறிது நேரத்தில் அது பயங்கரமாகக்

குரைத்தது. ஜன்னல் அருகில் நின்றிருந்தது. அவன் வந்து பார்த்த போது இரு தெரு நாய்கள் அந்த உணவைச் சாப்பிட்டுக் கொண் டிருந்தன. அவற்றைக் கண்டு இது குரைத்துக் கொண்டிருந்தது. அவையும் சாப்பிடக் கூடாது என்ற வெறி அதனிடமிருந்து வெளிப்பட்டது. தானும் சாப்பிடாமல் மற்றவையும் சாப்பிடக் கூடாது என்ற தீய எண்ணம் எப்படி இதற்கு வந்தது என அவன் திகைத்து நின்றான். அதனை வெளியே விடுமாறு அது பதறித் துடித்தது. ஏன் இப்படி தொல்லை செய்கிறது என அதனை அதட்டினான். மீண்டும் ஜன்னலில் பார்த்து ஓலமிட்டது. அவன் எட்டிப் பார்த்தபோது அந்த இரு தெரு நாய்கள் சுருண்டு விழுந்து இறந்து போயிருந்தன. ●

திரைப்படம்

அந்தத் திரைப்படம் பார்க்க வந்த பின்தான் அவள் வாழ்க்கையே மாறியது. அந்தப் படம் தொடங்கி அரை மணி நேரம் ஆகியிருக்கும். ஒரு திருப்புமுனைக் காட்சி தோன்றியது. ஒரு வாகனம் தலைகீழாகச் சறுக்கிச் சென்று கொண்டிருந்தது. அவள் அதை ஓட்டிக் கொண்டிருந்தாள். மலை முகடு வரும் போது கவிழ்ந்திருந்த வாகனத்தை நேராக்கி நிறுத்தினாள். வண்டியிலிருந்து இறங்கிப் பார்த்தாள். நெடும் பள்ளத்தாக்கு தென்பட்டது. அவளுக்கு உடலெல்லாம் நடுங்கியது. யாருமற்ற அந்த வனாந்தரத்தில் என்ன செய்வது என நினைத்து வண்டியில் அமர்ந்து வந்த வழியே திரும்பிக் கொண்டிருந்தாள். படத்தின் அடுத்த காட்சித் தொடங்கியிருந்தது. அவள் ஓட்டிக் கொண்டிருந்த வாகனத்தை ஒரு பெரிய ட்ரக் துரத்தி வந்துகொண்டிருந்தது. அதைக் கவனித்த அவள் இனி எந்த அபாயத்தையும் சகிக்க முடியாது என பயந்து போய் வண்டியை நிறுத்தி அதிலிருந்து இறங்கிவிட்டு வண்டியை ஓடச் செய்துவிட்டு காட்டுக்குள் மறைந்துகொண்டாள். வண்டி ஓடுவதைக் கண்ட அந்த ட்ரக் அதை மலைப் பாதையிலிருந்து பள்ளத்தாக்கில் விழும்படி இடித்துத் தள்ளிவிட்டுச் சென்றுவிட்டது. இந்தப் படத்தில் இப்படி மாட்டிக் கொண்ட பின் எப்படி மீள்வது என யோசித்தாள். தூரத்தில் மலையிலிருந்து உருட்டிவிட்ட அவளுடைய வண்டி எரிந்துகொண்டிருந்தது. சாலைக்குச் சென்று யாரிடமாவது உதவி கேட்கலாம் என ஓடி வந்து சாலை ஓரத்தில் நின்றாள். அப்போது தூரத்தில் ஓர் இரு சக்கர வாகனம் வந்து கொண்டிருந்தது. இவள் உதவிக்காகக் கை அசைத்தாள். அருகில் வேகமாக வந்து நின்ற வண்டியில் இருந்த அவளது கணவன் எங்கெல்லாம் உன்னைத் தேடுவது எதற்காக அந்தத் திரைப்படத்திற்குள் சென்றாய் என

அதட்டிவிட்டு வண்டியில் ஏறச் சொல்லி வேகமாக ஓட்டினான். சிறிது தூரத்தில் சாலை ஓரம் நிறுத்திவிட்டு ஏதோ வாங்கச் சென்றான். அவன் சாவியை விட்டுச் சென்றதால் வண்டியை வேகமாகக் கிளப்பி வந்துவிட்டாள். பின்னால் அவன் கத்திக் கொண்டே சிறிது தூரம் வந்தான். திரைப்படத்திற்குள் தான் இருப்பது கூடத் தெரியாமல் அவன் அதட்டியது அவளுக்குப் பிடிக்கவில்லை. எத்தனையோ படங்களுக்குப் போய்த் திரைக்குள் நுழைந்து பல காட்சிகளில் இருந்துவிட்டு வந்திருக்கிறாள். இன்று அவள் கணவனுக்கு அது தெரிந்துவிட்டதால் இனி அவனுடன் வாழவேண்டாம் என்று முடிவெடுத்துவிட்டுத் திரைப்படத்தின் வேறு காட்சிகளுக்குள் போனாள். ●

பூ

தினமும் தனக்கு விருப்பமானவளுக்காக ஒரு விநோதமான பூவைக் காட்டிலிருந்து பறித்து வந்து அவள் வீட்டு வாசலில் வைப்பான். அவள்தான் அதை எடுக்கிறாளா என்பது கூட அவன் பார்த்ததில்லை. யார் எடுத்தாலும் அந்தப் பூ அவளிடம் சென்று சேர்ந்துவிட்ட திருப்தியே அவனுக்குப் போதுமானதாக இருந்தது. ஒரு நாள் வெகு நேரம் காத்திருந்து யார் அந்தப் பூவை எடுக்கிறார்கள் எனப் பார்த்தான். அவள் வெளியே வந்து அந்தப் பூவை எடுத்தப் போது அவனுக்குப் பெரு மகிழ்ச்சி ஏற்பட்டது. அடுத்த நாள் அவன் பூவை வைக்கவில்லை. அவள் ஏமாற்றம் அடைகிறாளா எனப் பார்க்கக் காத்திருந்தான். அவள் வெளியே வந்து பூ இல்லாததைக் கண்டு ஏமாற்றம் அடைந்து வீட்டு வளாகத்தில் சுற்றிப் பார்த்துவிட்டு வருத்தத்துடன் உள்ளே சென்றுவிட்டாள். உடனடியாக அந்தக் காட்டுக்கு ஓடினான். அன்று அந்தப் பூ அந்தச் செடியில் மலரவில்லை. மிகவும் வருத்தமுற்று பூக்கள் விற்கும் அங்காடிக்குச் சென்று அந்த விநோதப் பூ எங்குக் கிடைக்கும் என்று விசாரித்து அறிந்தான். அங்கிருந்து வெகு தூரம் உள்ள ஒரு காட்டில் அது பூப்பதாக அறிந்து அங்குக் கிளம்பிச் சென்று பறித்துவந்தான். அவள் வீட்டு வாசலில் அந்தப் பூவை வைத்தான். அவள் மிகவும் மகிழ்ச்சியுடன் அந்தப் பூவை எடுத்துப் போவதைக் கண்டு மிகவும் திருப்தி அடைந்தான். அடுத்த நாள் அந்தப் பூவை அவள் வீட்டு வாசலில் வைப்பதற்கான காரணத்தைக் கூறி தன்னை ஏற்றுக் கொள்ளுமாறு வேண்டி ஒரு கடிதத்தையும் வைத்தான். அவள் அந்தப் பூவையும் கடிதத்தையும் எடுத்துப் போனாள். அவன் காத்திருந்தான். அவள் வெளியே வரவில்லை. அடுத்த நாள் பூவை வைத்துவிட்டுக் காத்திருந்தான். அவள் வரவில்லை. அடுத்த நாள் பூவை எடுத்துப் போன போது முந்தைய நாளின் பூ எடுக்கப்படாமல் அதற்கு அருகில் ஒரு கடிதம் இருந்தது. பூ வைப்பதாலேயே அவனை ஏற்க

முடியாது எனவும் ஆனால் பூ மிகவும் பிடித்திருப்பதால் தினமும் அதை வைக்குமாறும் அந்தக் கடிதத்தில் கோரப்பட்டிருந்தது. அவன் அமைதியாக நடந்தான். அடுத்த நாள் அவள் வீட்டு வாசலில் பூவை வைத்துவிட்டு அவள் தன்னை ஏற்காததால் தன் மனம் உடைந்துவிட்டதாகவும் இனி தொடர்ந்து பூ வைத்தால் துயரம் மட்டுமே மிஞ்சும் என்பதால் தான் இனி பூ வைக்கப் போவதில்லை எனவும் ஒரு கடிதத்தை எழுதி வைத்துவிட்டு வந்தான். அடுத்தநாள் காலையில் அவன் வீட்டுக் கதவைத் திறந்தான். அந்தப் பூ அவன் வீட்டு வாசலில் வைக்கப்பட்டிருந்தது.

●

ஈர்ப்பு விசை

அவனால் நிலத்தில் கால் பதியாமல் நடக்க முடிந்தது. காற்றில் மிதந்து செல்வதைப் போல அவன் நகர்ந்தான். பிறந்ததிலிருந்தே அவன் நிலத்தில் கால் பதியாமல்தான் வளர்ந்தான். இதனால் அவனைக் கண்டவர்களுக்கு அதிசயமாகவும் அச்சமாகவும் இருந்தது. அவனைப் பேயென நினைத்தவர்கள் அநேகம் பேர். எப்படி பாதம் நிலத்தில் பதியாமல் நடக்க முடியும் என்ற சந்தேகத்துடன் அவனை மருத்துவமனைக்கு அனுப்பிவைத்தனர். அவனைப் பலப் பரிசோதனைகளுக்கு மருத்துவர்கள் உட்படுத்தினார்கள். ஆனால் அந்தப் பரிசோதனைகளில் புவி ஈர்ப்பு விசைக்கு எதிரான சக்தியைக் கொண்ட ஆற்றல் அவனுக்குள் எப்படி ஏற்பட்டது என்பது பற்றி எந்த முடிவும் தெரியவில்லை. அவனைச் சில நாள்கள் மருத்துவமனையில் ஓர் அறையில் தங்கவைத்தார்கள். அவனுடைய இயக்கத்தைக் கண்காணித்தார்கள். அவன் எப்போதும் கால் நிலத்தில் படாமலேயே இயங்கினான் என்பதை உறுதி செய்துகொண்டார்கள். புவி ஈர்ப்பு விசைக்கு எதிரான விசை அவன் உடலிலேயே இருப்பதை மட்டும் புரிந்துகொண்டார்கள். இதற்கு எப்படித் தீர்வு காண்பது என யோசித்து ஒரு காந்தத்தை அவன் காலணியாகப் பொருத்தி அதில் நிற்க வைக்க முயன்ற போது அவன் தூக்கி எறியப்பட்டான். அவன் உடலில் காந்த விசைக்கு எதிரான விசையும் இருப்பது அதன் மூலம் தெரியவந்தது. அவனுக்கு அது பிறப்பிலிருந்து எப்படி வந்திருக்கும் என மருத்துவர்கள் ஆய்வு செய்தனர். இதுவரை எந்த ஒரு மனிதனுக்கும் இயற்கையாக புவி ஈர்ப்பு விசைக்கு எதிரான விசை உடலில் தோன்றியதில்லை என்பதை

உறுதி செய்துகொண்டு வேற்றுக்கிரகவாசிகள் குறித்து ஆய்வு செய்யும் ஒரு மருத்துவரிடம் அவனை அழைத்துச் சென்றனர். அவர் சில பரிசோதனைகளுக்கு உட்படுத்தினார். அதில் அவன் உடலில் வேற்றுக்கிரவாசிகளின் மரபணுக்கூறுகள் இருப்பது தெரியவந்தது. இதற்குத் தீர்வை வேற்றுக்கிரகவாசிகள்தான் கொடுக்க வேண்டும் என்று அந்த மருத்துவர் புரிந்துகொண்டார். அவர்களுடன் ஆலோசனை நடத்தியதில் இதற்கு உரிய மரபணுக்களிலிருந்து அந்த விசையை நீக்கும் ஒரு கருவியை அவன் உடலில் பொருத்திவிட்டால் அவன் இயல்பாகத் தரையில் கால்வைத்து நடப்பான் என்று அவர்கள் கூறினார். அவர்களே அந்தக் கருவியைச் செய்துகொடுத்தனர். அது ஒரு நுண்ணிய சில்லு போல் இருந்தது. அதனை அவன் உடலில் பொருத்தி பன்னிரண்டு மணி நேரம் கழிந்த பின் அவன் வாழ்க்கையில் முதல் முறையாக நிலத்தில் கால் வைத்து நடந்தான். ●

கண்காணிப்பு

அன்று அவன் புதிதாக ஒரு காதணியைக் கொண்டு வந்து அவளுக்குப் பரிசளித்தான். அதை மட்டுமே அவள் எப்போதும் அணிந்து கொண்டிருக்கவேண்டும் என வலியுறுத்திச் சொல்லி விட்டுப் போனான். இப்படி ஒரு நாளும் அவன் நடந்து கொண்டதில்லை. அவன் மீது பெரிய சந்தேகம் வந்தது. தான் ரகசியமாக வைத்திருந்த கட்டுப்பாட்டு அறைக்குச் சென்றாள். அவனுடைய சட்டைப் பொத்தானில் தான் வைத்திருந்த புகைப்படக் கருவி அனுப்பியிருந்த காணொலியைப் பார்த்தாள். அவன் நகைக் கடைக்குச் சென்று காதணிகளை வாங்கிக் கொண்டு மிகச்சிறிய புகைப்படக் கருவிகள் விற்கும் கடைக்குச் சென்று அவற்றைக் காதணிகளுக்குள் வைப்பதும் தெரிந்தது. காதணிகளைக் கழற்றினால் அவனுக்குச் சந்தேகம் வந்துவிடும் என்ன செய்வது என யோசித்தாள். காதணிகளைக் கழற்றி வைத்தாள். அவற்றை நோக்கி தன் மீதான சந்தேகத்தால் காதணிகளுக்குள் புகைப்படக் கருவி பொருத்தி அவன் கொடுத்திருப்பது தனக்குத் தெரியும். அதனால் இனி அவனுடன் வாழமுடியாது எனக் கூறிவிட்டு அந்தப் புகைப்படக் கருவி அதனைப் பதிவு செய்திருக்கும் என்ற நம்பிக்கையில் தன் கட்டுப்பாட்டு அறையில் வைத்திருந்த கண்காணிப்புக் கருவிகளை எடுத்துக் கொண்டு வெளியேறினாள். அவள் பேசியதை அலுவலகத்திலிருந்து பார்த்துவிட்ட அவன், அவள் கிளம்பிச் செல்வதற்கு முன் வீட்டிற்கு அவசரமாகப் புறப்பட்டான். அவன் நிச்சயம் வீட்டிற்கு வந்துவிடுவான் எனப் புரிந்துகொண்டு வேறு இடம் தேடி விரைந்து சென்றாள் அவள். வீட்டுக்கு வந்தவன் அவள் சென்றுவிட்டதைக் கண்டு பெரும் துயருற்று தான் செய்தது மிகப்பெரிய தவறுதான் எனவும் தன்னை மன்னிக்க வேண்டும் எனவும் சொல்லி வாய்விட்டு அரற்றினான். அவள் எப்படியாவது திரும்பி தன்னிடம் வந்துவிடவேண்டும் என்று பல முறைக் கேட்டுக் கொண்டான். அவனுக்கு ஒரு காணொலியை அவள் அனுப்பினாள். அவன் அவளைக் கண்காணிப்பதற்கு முன்பே அவனுடைய சட்டைப் பொத்தானில் புகைப்படக் கருவி வைத்து அவனைக் கண்காணித்திருப்பதால் அவனுடன் வாழும் தகுதி தனக்கில்லை எனவும் தன்னை மறந்துவிடுமாறும் கூறியிருந்தாள். ●

மிட்டாய்

அவன் அந்தப் பள்ளிக்கு அருகில் மிட்டாய்க் கடையைத் தொடங்கினான். அங்கே கிடைக்கும் மிட்டாய்களுக்குக் குழந்தைகள் அடிமையானார்கள். ஏனெனில் இது வரை அது போன்ற மிட்டாய்களை அவர்கள் கண்டதே இல்லை. ஒரு மிட்டாய் வாயில் போட்டவுடன் மெதுவாக சூடாகி சிறிய பட்டாசு போல வெடிக்கும் அதிலிருந்து தேன் ஊறி வெளியே வரும். மற்றொரு மிட்டாய் கடித்தவுடன் இசை கேட்கும். வேறொன்று சிறிய பலூன் போல இருக்கும். அதைச் சப்பிக் கொண்டே இருந்தால் அது உருகி அதற்குள்ளிருந்து மற்றொரு பலூன் போன்ற மிட்டாய் ஒன்று விரியும். அப்படியே ஐந்தாறு பலூன்கள் தொடர்ந்து ஒவ்வொன்றாகக் கரையக் கரைய விரிந்தன. இறுதியில் அந்தப் பலூனைத் தாங்கியிருந்த குச்சி உப்பிப் பெருத்துவிடும். அதைக் கடித்தால் அதிலிருந்து குட்டி பலூன் மிட்டாய்கள் வெளியே வரும். இந்த மிட்டாய் உடனடியாகத் தீர்ந்துவிடும். இப்படிப் பல வகையான மிட்டாய்களை வாங்குவதற்காகக் குழந்தைகள் அவனுடைய கடையில் வரிசையில் காத்திருந்தார்கள். பள்ளிக்குச் செல்லாமல் அவன் மிட்டாய் கடையின் வாசலில் நிற்பதையே விரும்பினார்கள். இதனால் ஆசிரியர்கள் அவர்களைக் கண்டித்தார்கள். தண்டித்தார்கள். அதுவும் ஓர் அறிவியல் ஆசிரியர் மிட்டாய் கடையில் நின்று தாமதமாக வகுப்புக்கு வரும் மாணவர்களின் கையில் பிரம்படி கொடுத்து பழக்க வைத்துக் கொண்டிருந்தார். இதனால் குழந்தைகள் பெரும் வேதனைக்கு உள்ளாயினர். அவனுடைய கடைக்கு வந்த அந்தக் குழந்தைகள் அந்த ஆசிரியரின் அடியிலிருந்து தப்பிக்க ஒரு மிட்டாய் வேண்டும் என்று கேட்டார்கள். அவன் அவர்களை அடுத்தநாள் வரச் சொன்னான். அடுத்தநாள் அவன் அந்தக் குழந்தைகளிடம் ஒரு பிரம்பைத் தந்து அந்தப் பிரம்பால் அந்த ஆசிரியரிடம் அவர்களை அடிக்கச் சொல்லுங்கள் என்று

சொல்லிக் கொடுத்தான். அவர்களும் ஒன்றும் புரியாமல் அதை வாங்கிச் சென்றார்கள். ஆசிரியரிடம் அவர்கள் வாங்கி வந்த பிரம்பைக் கொடுத்து இனிமேல் தங்களை அந்தப் பிரம்பால் அடிக்கச் சொல்லி கோரிக்கை வைத்தனர். ஆசிரியர் அந்தப் பிரம்பைப் பார்த்தார். அவருக்கு மிகவும் பிடித்துவிட்டது. அதில் அடித்தால் நல்ல அடி விழும் என்று நினைத்தார். அவர்களும் அதற்குப் பிறகும் தாமதமாகத்தான் வந்தனர். அவர்களை அந்தப் பிரம்பால் ஆசிரியர் அடித்தார். அடி விழுந்தது. ஆனால் வலிக்கவில்லை. குழந்தைகளுக்கு இதுவே ஆச்சரியமாக இருந்தது. அது மட்டும் அல்லாமல் கையில் அடி விழுந்தால் அந்த இடத்தில் வீங்கி சிறிது நேரத்தில் அந்த வீக்கம் ஒரு மிட்டாயாக மாறியது. அதை அவர்கள் வாயில் வைத்துக் கொண்டனர். அவர்களுக்கு ஆச்சரியம் தாளவில்லை. அடி தாங்க முடியாமல் வாயில் வைத்திருக்கின்றனர் என ஆசிரியர் எண்ணிக் கொண்டார். அடி விழுந்த இடத்தில் எல்லாம் இப்படி வீங்கி மிட்டாய் உருவானது அவர்களுக்குப் பெரும் குதூகலத்தைக் கொடுத்தது. அந்தக் குழந்தைகள் வாழ்நாள் முழுவதும் அந்த மிட்டாய்க் கடைக்காரனை மறக்கவே இல்லை. ●

பாம்புப் பெண்

அவள் குழந்தையாக இருக்கும் போது ஒரு பாம்பு அவள் மீது ஏறி இறங்கியது. அதிலிருந்து அவளுடைய உடலில் பல மாற்றங்கள் ஏற்பட்டன. அவள் அமரத் தொடங்கும் போது பாம்பு படமெடுத்து அமர்ந்திருப்பது போல் அது இருந்தது. அவள் நடக்கும் போது பாம்பு நெளிந்து ஊர்ந்து செல்வது போல் தெரிந்தது. அவளால் தன் நாக்கை அடிக்கடி வெளியில் நீட்டாமல் இருக்க முடியவில்லை. கொஞ்சம் கொஞ்சமாக அவளுக்குப் பேச்சுத் திறனும் குறைந்தது. அவள் உணவுப் பழக்க வழக்கங்கள் மாறின. அவளை வீட்டுக்குள் வைத்துக் கொள்ளவே எல்லோரும் அஞ்சினர். பால் மட்டுமே குடித்தாள். சட்டென்று ஓர் இரவில் வீட்டை விட்டு வெளியில் போய்விட்டாள். அவளைக் கண்டு மற்ற விலங்குகள் ஓடி ஒளிந்தன. அவள் மெதுவாக ஊறி நகர்ந்தாள். குளத்தருகே வந்தாள். தவளைகள் பல கூக்குரலிட்டு குதித்தன. அவளுக்குப் பெரும் பசி எடுத்தது. தவளைகளைப் பிடித்து உண்டால் என்ன என மனம் தூண்டியது. இருந்தாலும் ஏதோ ஒன்று தடுத்தது. அவளுக்குக் குழப்பமாக இருந்தது. இது நாள் வரை சமைத்த உணவைச் சாப்பிட்டுவிட்டு ஒரே நாளில் பச்சையான உணவு வகைகளுக்கு மாற வேண்டுமா என்பது போலத் தோன்றியது. சிறிது நேரம் உலவிவிட்டு வீட்டுக்குள் சென்றாள். கட்டிலில் படுத்து உறங்க அவளுக்குப் பிடிக்கவில்லை. மீண்டும் வெளியே வந்தாள். வெளியில் எங்கிருந்தோ ஒரு பூவின் வாசம் வந்து கொண்டிருந்தது. வேகமாக அந்த இடத்தை அடைந்தாள். அது அடர்ந்த காடு. அங்கு ஒரு மரத்தின் பூ வாசம் அவளை மயக்கியது. மரத்தில் ஏறினாள். அங்கு ஒரு பாம்பு அமர்ந்திருந்தது. அவளுடன் பின்னிப் பிணைந்தது. அவளுக்கு அந்த அனுபவம் மிகவும் பிடித்தது. இனி வீட்டுக்குப் போக வேண்டாம் என முடிவு செய்தாள். அந்தப் பாம்பு அவளை அழைத்துக் கொண்டு புற்றுக்குத் திரும்பியது. அவளைத் திரும்பிப் பார்த்தது. அவளிடமிருந்து பாம்புத் தன்மை நீங்கி அவள் பெண்ணாக மாறியிருந்தாள். ●

உருவம்

அவளுக்குத் தன் சுய ஓவியத்தை வரைய வேண்டும் என பெரு விருப்பம் ஏற்பட்டது. கண்ணாடிக்கு அருகில் கித்தானைப் பொருத்திக் கொண்டு வரையத் தொடங்கினாள். கண்ணாடியில் தெரிந்த உருவத்தைப் பார்த்து ஒவ்வொர் அம்சத்தையும் கவனமாக வரைந்தாள். வரைந்து கொண்டிருப்பது தன் சுய உருவம் என்ற எண்ணமே இல்லாமல் கண்ணாடி பிம்பத்தை மட்டும் வரைந்து கொண்டிருந்தாள். அந்த உருவத்தில் இருந்த குறைகளைக் களைந்தாள். அந்த முகம் குறுகியதாக இருந்தது. அதனை விரித்து வட்டமாக்கினாள். கண்கள் சிறியதாக இருந்தன. பெரிதாக்கினாள். மூக்கு அகலமாக இருந்தது. கூர்மையாக்கினாள். வாயின் வடிவத்தை மாற்றினாள். நெற்றி மிகவும் பரந்திருந்தது. சரியான பிறை போல் மாற்றினாள். செவிகள் விரிந்து குரங்கின் செவிகளைப் போல் இருந்தன என நினைத்தாள். அவற்றைச் சிறிதாக்கினாள். முகத்தைத் தட்டையாக வரைந்தாள். கூந்தலை நீளமாக வரைந் தாள். ஓவியத்தில் இருந்த பெண் இதுவரை அவள் கண்டிராத முகமாக இருந்தது. ஆனால் அதில் ஏதோ ஒரு சோகம் இருப்பதைக் கவனித்தாள். அது அவளை வாட்டியது. வரைவதை நிறுத்திவிட்டு கண்ணாடி பிம்பத்தை உற்று நோக்கிக் கொண்டிருந்தாள். அந்தப் பிம்பத்திலும் அந்தச் சோகம் இருந்தது. அந்தப் பிம்பத்திற்கும் அந்த ஓவியத்திற்கும் எந்த ஒற்றுமையும் இல்லை என்பது அவளுக்கு ஆறுதல் அளித்தது. அந்த ஓவியத்தில் இருக்கும் உருவம் போல மாற என்ன செய்யவேண்டும் என யோசித்தாள். ஓர் அழகுக்கலை மருத்துவரிடம் செல்ல முடிவெடுத்தாள். தான் வரைந்த ஓவியத்தை உடன் எடுத்துச் சென்றாள். அவரிடம் தன் ஓவியம் போல் தன்னை மாற்றக் கோரினாள். அந்த ஓவியத்தைக் கண்ட மருத்துவர் அந்த ஓவியத்தில் இருப்பது வேறொரு பெண் என்றும் அதைப் போல்

மாற வேண்டும் என்றால் மீண்டும் அதேபோல் பிறக்க வேண்டும் என்றார். அதையே செய்யுமாறு கோரினாள். அதற்கு முதலில் அவளுடைய இப்போதைய உருவம் இல்லாமல் போகவேண்டும் என்றார். அதை அவள் ஏற்றுக் கொண்டாள். மருத்துவர் அவளை ஒரு படுக்கையில் படுக்க வைத்து அவள் மீது சில கதிர்களைப் பாய்ச்சினார். அவள் உடல் கரைந்து காணாமல் போனது. ஒரு கணினியில் அவள் உருவம் வந்தது. அதில் ஓவியத்தில் இருக்கும் பெண் போல் மாற்றங்களைச் செய்தார். மீண்டும் அந்தப் படுக்கையில் சில கதிர்களைப் பாய்ச்சினார். அவள் வரைந்த ஓவியம் போன்ற உருவத்துடன் பெண்ணின் உருவம் உருக் கொண்டது. அவளுக்குத் தாங்க முடியாத மகிழ்ச்சி ஏற்பட்டது. அந்த மருத்துவத்திற்குரிய செலவைக் கொடுத்துவிட்டுக் கிளம்பினாள். ●

ஒரு நாள்

அவன் தொடர்ந்து வேற்றுக்கிரகவாசிகள் குறித்தத் தகவல்களைச் சேகரித்துக் கொண்டு வந்தான். எப்படியாவது ஒரு நாள் அவர்களைச் சந்திக்கவேண்டும் என்ற பேரார்வம் கொண்டிருந்தான். அலுவலக வேலை முடிந்து வந்தவுடன் வேற்றுக்கிரகவாசிகள் பற்றிய தகவல்களைக் கணினியில் தேடி எடுப்பான். அப்படி ஒரு தகவலில் அவன் வீட்டருகில் ஒரு பறக்கும் தட்டு வந்திறங்கியதாக ஒரு படம் கிடைத்தது. அதை எடுத்துக் கொண்டு வீட்டு மொட்டை மாடிக்குப் போனான். ஒரு நாளாவது வேற்றுக்கிரக வாசிகளைப் பார்க்கவேண்டும் என்ற அவன் எண்ணம் அன்று ஈடேறும் என்ற சிந்தனையில் அங்கு நின்று கொண்டிருந்தான். அப்போது வானத்தில் ஒரு வித்தியாசமான ஒளியுடன் ஓர் ஊர்தி வந்தது. அவன் வீட்டு மொட்டை மாடியில் இறங்கியது. அவன் அதிர்ச்சியில் வாயடைத்துப் போய்ப் பார்த்துக் கொண்டிருந்தான். அதிலிருந்து இரு உருவங்கள் இறங்கின. அதன் பின் நடந்தது அவனுக்குத் தெரியவில்லை. அவன் ஒரு பெரிய கிணறு போன்ற அமைப்பில் தொங்கிக் கொண்டிருந்தான். அந்த உருவங்கள் அவனிடம் அவன் ஆசையைக் கேட்டன. ஒரு பெரிய சாம்ராஜ்யத்தின் அரசனாகவேண்டும் என்றான். உடனடியாக ஒரு நாட்டின் அரண்மனையில் மன்னனாக அமர்ந்திருந்தான். அங்கு நடப்பவற்றைப் பார்த்துக் கொண்டிருந்தான். ராணியைப் பார்த்தவுடன் அவனுக்குப் பிடித்துவிட்டது. அப்போது அங்கு ஒரு தகவல் வந்தது. அண்டை நாட்டு அரசன் போருக்கு ஆயத்தமாகி வருவதாகவும் அவனை எதிர்கொள்ளும் திட்டத்தை உடனடியாகத் தீட்டவேண்டும் எனவும் போர்த் தளபதி கூறி அமர்ந்தான். அவனுக்கு அச்சத்தில் நடுக்கம் ஏற்பட்டது. பின்னர் சுதாரித்துக் கொண்டு மற்றவர்களைப் பின்பற்ற முடிவு செய்தான். போர்த் தளபதி மன்னனுடன் ஆலோசனை நடத்த விரும்பினான்.

அவன் பேசியதை இவன் கேட்டான். இவன் எதுவுமே சொல்லாமல் இருந்ததால் போர்த் தளபதி ஏமாற்றம் அடைந்தான். இவனுக்குக் குழப்பமாக இருந்தது. அங்கிருந்து ஓடிவிட வேண்டும் என்று மட்டும் முடிவு செய்தான். இரவு வேற்றுக்கிரகவாசிகளைப் பார்க்கவேண்டும் என்று அரண்மனையின் மேற்கூரைக்குச் சென்று நின்றுகொண்டான். அவர்கள் வந்தார்கள். அவர்களிடம் தன்னால் அங்கு இருக்க முடியாது எனவும் தன் வீட்டில் கொண்டு விட்டுவிடும்படியும் மன்றாடினான். அதன் பின் நடந்தது எதுவும் அவன் நினைவில் இல்லை. ஒரு கடற்கரை மணலில் படுத்து உறங்கிக் கொண்டிருக்கும் போது சூரிய ஒளி கண்ணில்பட்டு அவனுக்கு விழிப்புத் தட்டியது. உடனடியாக வீட்டுக்கு வந்தான். வேற்றுக்கிரகவாசிகள் குறித்தத் தகவல்களை அழித்துவிட்டு வேலைக்குக் கிளம்பினான். ●

குமிழி

பெரிய சோப்புக் குமிழிகளைப் போன்ற காற்றுக் குமிழிகளை உருவாக்கிப் பறக்கவிட்டு அவற்றில் சிறுவர்களைக் கவர்ந்து செல்வதை வாடிக்கையாகக் கொண்டிருந்தான் அவன். ஒரு திரவத்தை எந்திரம் கொண்டு ஊதினால் மிகப்பெரிய குமிழிகள் உருவாகி பறக்கும். அவை உடையாமல் சிறுவர்களுக்கு அருகில் வருகையில் அவர்களை ஈர்த்து உள்ளே வைத்துக் கொள்ளும். பின் அவை உருவான இடத்திற்கே திரும்பிவிடும். அந்தக் குமிழிகளில் இருந்த சிறுவர்களை மலை அடிவாரத்தில் ஒரு பள்ளத்தாக்கில் வைத்துக் கொண்டு அவர்களைப் பயன்படுத்தி பல வேலைகளை அவன் செய்து வந்தான். மலை உச்சியில் இருந்து கொண்டு அந்தக் குமிழிகளை உருவாக்கி அவன் அனுப்புவான். அப்படி ஒரு நாள் அந்தக் குமிழிகள் பறந்து வருவதைக் கண்டு எல்லோரும் அஞ்சி ஓடினர். ஒரு சிறுவன் மட்டும் அந்தக் குமிழிகளை நோக்கி சோப்புக் குமிழிகளை ஊதினான். அவை அனைத்தும் வந்த வழியே திரும்பிச் சென்றன. அவனும் விடாமல் துரத்தினான். அப்போது ஒரு குமிழி அவனையும் ஈர்த்துக் கொண்டு பறந்துவிட்டது. அதில் சிக்கிவிட்டச் சிறுவன் அதிலிருந்து வெளி வர முடியாமல் திணறினான். பிறகு அதிலேயே மயங்கிப் போனான். அந்தக் குமிழி பறந்து மலை அடிவாரத்திற்கு வந்து உடைந்து விழுந்தது. அதிலிருந்த அவனும் அங்கேயே விழுந்தான். அங்குப் பல சிறுவர்கள் இருப்பதைக் கண்டான். அவர்களை அழைத்துக் கொண்டு அங்கிருந்து செல்ல முடிவு செய்தான். அவர்களைக் குமிழி கொண்டு ஈர்த்தவன் உறங்கிக் கொண்டிருப்பதைப் பார்த்து அந்தக் குமிழி செய்யும் எந்திரத்தை உடைத்துவிட்டு அந்தத் திரவத்தையும் கொட்டிவிட்டு அவர்கள் அனைவரையும் அழைத்துக் கொண்டு ஊர் வந்து சேர்ந்தான். அதன் பிறகு கண் விழித்த அவன் கவர்ந்த சிறுவர்களைக் காணாமல் திகைத்தான். மலை உச்சிக்கு ஓடிவந்து பார்த்தான். அந்த எந்திரம் உடைந்து திரவம் கொட்டியிருப்பதைக் கண்டு பெரும் அதிர்ச்சி அடைந்தான். மிகவும் சிரமப்பட்டு தான் உருவாக்கியத் தொழில்நுட்பம் வீணாகிவிட்டதைக் கண்டு வாய்விட்டு அழுதான். அவன் சிந்திய கண்ணீர் கொட்டிக் கிடக்கும் அந்தத் திரவத்தில் விழ அது உடனே பற்றி எரியத் தொடங்கியது. அதைக் கண்டு அங்கிருந்து அவன் ஓட்டமெடுத்தான். ●

ஓட்டுநர்

கொண்டை ஊசி மலைப் பாதையில் பெரிய ட்ரக்கை ஓட்டுவது அவளுக்கு மிகவும் பிடிக்கும். பல கொண்டை ஊசிகள் கொண்ட மிகவும் குறுகிய மலைப் பாதை அது. அதில் பெரிய ட்ரக்கை ஓட்டுவது மிகவும் சிரமம். இருந்தாலும் அதை ஒரு சோதனையாக ஏற்று தினமும் பொருள்களை ஏற்றிக் கொண்டு மலை மீது ஏறி இறங்குவாள். பல கொண்டை ஊசிகளில் மிகவும் மெதுவாகத் திரும்ப வேண்டியிருக்கும். அவள் பொறுமையாக ஓட்டி தினமும் சரியான நேரத்தில் பொருள்களைக் கொண்டு சேர்த்து வருவது மற்ற ஓட்டுநர்களுக்குப் பொறாமையைத் தந்தது. அது அவர்களிடம் ஆற்றாமையைக் கொண்டு வந்தது. ஒரு நாள் அவள் கிளம்பி சிறிது தூரத்தில் வண்டியில் பிரேக் பிடிக்கவில்லை என்று தெரிந்தது. அவளுக்கு என்ன செய்வதென்று தெரியவில்லை. மலையிலிருந்து இறங்கியாகவேண்டும். உடனே கந்த சஷ்டி கவசம் பாடத் தொடங்கினாள். பாடிக் கொண்டே வண்டியை ஓட்டினாள். வண்டி தானாக வேக மெடுத்து ஓடிக் கொண்டிருந்தது. அவளும் மிகக் கவனமாகப் பாடிக் கொண்டே ஓட்டிவந்தாள். மெதுவாகத் திரும்ப வேண்டிய கொண்டை ஊசிகளில் அதி வேகமாகத் திரும்பினாள். எதிரில் வந்த வாகன ஓட்டிகள் அவளைத் திட்டிவிட்டுப் போனார்கள். ஒரு கொண்டை ஊசி வளைவில் அவள் கண்களை மூடிக் கொண்டாள். வண்டி அந்தரத்தில் பறந்து வந்து சரியாகக் கீழிருக்கும் சாலையில் இறங்கிப் பாய்ந்தது. மீண்டும் வண்டியைத் தொடர்ந்து ஓட்டினாள். காக்க காக்க கனகவேல் காக்க நோக்க நோக்க நொடியில் நோக்க எனக் கத்திக் கொண்டே வந்தாள். வண்டி கீழே வரவர வேகம் குறைந்தது. வண்டியில் எரிபொருள் தீர்ந்து கொண்டிருப்பதைக் கவனித்தாள். வண்டி மெதுவாக நகர்ந்தது. சரியாக அவளது அலுவலகத்தில் வந்து நின்றுவிட்டது. சரணம் சரணம் சரவண பவ ஓம் என அவள் பாடி முடித்தாள். அவளால் நம்ப முடியவில்லை. அவ்வளவு வேகமாக ட்ரக்கை ஓட்டி பாதுகாப்பாக அவள் வந்தது குறித்து அனைவரும் பாராட்டினார்கள். ●

குரல்

அவளுக்கு அவனுடைய குரல் பிடிக்கவில்லை. மணமான நாளிலிருந்தே இந்தப் பிரச்சினையை அவள் சந்தித்து வந்தாள். ஒரு நாள் அவனிடம் தனக்கு அவன் குரல் பிடிக்கவில்லை என்பதைச் சொல்லிவிட்டாள். அவன் குரல் அவளை அருவறுப்பு கொள்ளச் செய்வதாகச் சொன்னாள். இதைக் கேட்டு அதிர்ச்சி அடைந்த அவன் ஒரு மருத்துவரைப் பார்த்து தன் குரலை மாற்றும்படி கேட்டுக் கெஞ்சினான். அவனுடைய குரலை மாற்றினால் அது பெண் குரல் போல மாறிவிடும் என எச்சரித்தார். அதை ஏற்றுக் கொண்டு அறுவை சிகிச்சைக்குப் போனான். சிகிச்சை முடிந்த சில நாட்களில் கிளிக்குரலில் பேசத் தொடங்கினான். முன்பிருந்ததே மேல் என நினைத்தாள். மீண்டும் ஒரு முறை குரலை மாற்றச் சொன்னால் அவனுக்குச் சிரமமாகிவிடும் எனப் பல்லைக் கடித்துக் கொண்டு பொறுத்துக் கொண்டாள். ஆனாலும் அதைத் தாங்க முடியாமல் அவன் குரலை மாற்றும்படி சொல்லிவிட்டாள். மீண்டும் மருத்துவரிடம் மன்றாடினான். இப்போது மாற்றினால் புலி போல் உருமும் குரல் வரலாம் என மருத்துவர் சொல்லிவிட்டார். அதையும் ஏற்றுக் கொண்டான். சிகிச்சை முடிந்த சில நாட்களில் புலியின் கர்ஜனை ஒலித்தது. அந்தக் கர்ணகடூரத்தை அவளால் பொறுக்க முடியவில்லை. அது மட்டும் அல்லாமல் அவன் மனிதனே இல்லை என்ற எண்ணத்தையும் அவளுக்குள் அது ஏற்படுத்திவிட்டது. இதற்கு மேல் என்னத் தீர்வு இருக்க முடியும் என யோசித்துப் பார்த்தாள். அவனைப் பிரிந்து போக மனம் ஒப்பவில்லை. உடனிருப்பது பெரும் அசௌகரியத்தைத் தந்தது. இவளுடைய தர்மசங்கடத்தை அவன் புரிந்துகொண்டான். மருத்துவரிடம் போனான். தனக்குக் குரலே வராதவாறு அறுவை சிகிச்சை செய்துவிடுமாறு வலியுறுத்தினான். மருத்துவருக்கு அது தன்னுடைய தொழில் தர்மம் எனத் தோன்றவில்லை. குரல் வராதவர்களுக்கு உதவும் வகையில் தான் கண்டுபிடித்த மின்னணு குரல் கருவியை அவனுக்குப் பொருத்திவிட்டார். அவன் இதை எதிர்பார்க்கவில்லை. அவன் பேசினால் எந்திர மனிதன் பேசுவது போல் குரல் ஒலித்தது. அது அவளுக்குப் பெரிதும் பிடித்தது. ●

ரத்த யுத்தம்

நீல இரத்தம் கொண்டவர்களும் பச்சை ரத்தம் கொண்டவர்களும் மோதிக் கொண்டார்கள். இரு ரத்த நிறங்களும் மாறுபட்டிருப்பதைக் கண்டு இரு ரத்த நிறக்காரர்களும் தங்களின் இனம் சார்ந்தவர்களை ஒன்று திரட்டினார்கள். தாய் நீல ரத்தமும் மகன் பச்சை ரத்தமும் கொண்டிருந்தாலும் அவர்கள் இருவரும் எதிரெதிர் அணியில் சேரவேண்டியவர்களானார்கள். நீல ரத்தம் கொண்டவர்களால் அழிவு ஏற்படும் என ஓர் அறிவியல் கண்டுபிடிப்புச் சொன்னவுடன் இந்த யுத்தம் வெடித்தது. நீல ரத்தம் கொண்டவர்கள் வேற்றுக்கிரகவாசிகளின் மரபணுக்களைக் கொண்டவர்களாகவும் அவர்கள் அந்த வேற்றுக்கிரகவாசி இனத்துடன் தொடர்பு கொள்ளக்கூடிய வாய்ப்பிருப்பதாகவும் அந்த இனம் இந்தக் கிரகத்திற்கு வந்துவிட்டால் அவர்கள் பச்சை ரத்தம் கொண்டவர்களை அழித்துவிடுவார்கள் என்றும் சொல்லப்பட்டது. இதனால் நீல ரத்தம் கொண்டவர்களை அந்த வேற்றுக்கிரகவாசிகள் இருக்கும் கிரகத்திற்கு அனுப்பிவிடலாம் என முடிவெடுக்கப்பட்டது. இதில் யுத்தம் தீவிரமடைந்தது. நீல ரத்தம் கொண்டவர்கள் அந்தக் கிரகத்திற்குப் போக முடியாது எனவும் பச்சை ரத்தம் கொண்டவர்களை அழித்துவிடலாம் எனவும் முடிவு செய்தார்கள். எல்லோரும் கத்திகளையும் கூர்மையான ஆயுதங்களையும் ஏந்தினார்கள். யார் உடலில் என்ன நிற ரத்தம் உள்ளது என வாய்ப்பு கிடைக்கும் போதெல்லாம் கீறிப் பார்த்து அந்தந்த நிற ரத்தத்திற்கு எதிரான வர்களைக் கொல்லத் தொடங்கினார்கள். அதற்குப் பழிவாங்க எதிரெதிர் நிற ரத்த இனங்கள் மோதின. இதனால் அந்தக் கிரகம் வளம் இழந்தது. இந்த வாய்ப்பைப் பயன்படுத்தி வேற்றுக்கிரகவாசிகள் வந்தார்கள். நீல ரத்தம் கொண்டவர்களைத் திரட்டிக் கொண்டு தங்கள் கிரகத்திற்குப் போய்ச் சேர்ந்தார்கள். பச்சை ரத்தம் கொண்டவர்களுக்கு நீல ரத்தம் உள்ளவர்கள் இல்லாமல் யுத்தம் முடிவுக்கு வந்ததை ஏற்க முடியவில்லை. அதனால் அந்த வேற்றுக்கிரகத்திற்குச் சென்று யுத்தத்தைத் தொடர முடிவெடுத் தார்கள். ●

படம்

ஓர் ஓவியன் படம் வரைவதைப் பார்த்து ஒரு சிறுமி தன்னை வரையுமாறு கேட்டாள். அவனும் அவளை வரைந்தான். மேலும் பல ஓவியங்களை வரையக் கேட்டாள். அவனும் பல ஓவியங்களை வரைந்தான். அதை ஒரு கண்காட்சியாக வைத்தான். அந்தப் படங்களைப் பார்த்த பலரும் பாராட்டினர். சிலர் அந்த ஓவியங்களை வாங்கிச் சென்றனர். அந்தச் சிறுமி அதைப் பார்த்துத் தன் ஓவியங்களை யாருக்கும் தரக்கூடாது என்று ஓவியனிடம் சொன்னாள். ஓவியம் விற்காவிட்டால் தனக்கு வருமானம் கிடைக்காது என்றான் அவன். அதைக் கேட்டுப் பெரிதும் வருந்திவிட்டு தன் வீட்டுக்குப் போய்விட்டாள் அந்தச் சிறுமி. அடுத்த நாள் சிறுமியின் ஓவியத்தை வாங்கிச் சென்றவர்கள் அந்த ஓவியத்திலிருந்த அந்தச் சிறுமி காணாமல் போய்விட்டதாகவும் தங்களுக்கு அந்தச் சிறுமி இருக்கும் படம் வேண்டும் என்றும் வந்து கேட்டார்கள். அவனும் வேறு வழியில்லாமல் அந்தச் சிறுமியின் மற்ற படங்களை எடுத்துக் கொடுத்தான். அவனால் அதை நம்பவே முடியவில்லை. எப்படி அந்தச் சிறுமி ஓவியங்களிலிருந்து காணாமல் போயிருப்பாள் என எண்ணித் துயருற்றான். அந்த மாயச் சிறுமியால் தான் பெரிதும் நஷ்டத்தை அடைந்துவிட்டதாக எண்ணிப் புலம்பினான். வேறு ஓவியங்களை வரைந்து விற்கலாம் என எண்ணிக் கித்தானை எடுத்து விரித்தான். அதில் கை வைத்தவுடன் சிறுமியின் ஓவியத்தைத்தான் வரைந்தான். அவனால் அவனைக் கட்டுப்படுத்திக் கொள்ள முடியவில்லை. வேறு நாட்டுக்குச் சென்று அங்கு அந்த ஓவியங்களைக் கண்காட்சிக்கு வைத்து விற்றுவிடலாம் எனக் கிளம்பிப் போனான். அங்கும் அதேபோல் அந்த ஓவியங்களை வாங்கியவர்கள் அடுத்த

நாள் வந்து ஓவியங்களிலிருந்து சிறுமியின் உருவம் காணாமல் போய்விட்டது எனப் புகார் கூறினார்கள். அந்த ஓவியங்களைத் திருப்பிக் கொடுத்துவிட்டார்கள். அவன் செய்வதறியாது குமைந்து போனான். பல ஓவியங்களை வரைந்தான். எல்லாமே சிறுமியின் ஓவியங்களாகவே இருந்தன. மருத்துவரைச் சந்தித்து ஆலோசனை பெற முயன்றான். உளவியலாளர்களிடம் சென்று தன் சிக்கலைச் சொன்னான். யாராலும் அவனுக்குத் தீர்வு தர முடியவில்லை. மிகவும் வறுமை நிலையை அடைந்தான். சில ஆண்டுகள் கடந்த பின் ஓர் இளம் பெண் அவன் வீட்டுக்கு வந்து அவன் வரைந்த ஓவியங்கள் எல்லாவற்றையும் அவன் சொன்ன விலைக்கு வாங்கிக் கொண்டாள். இந்த ஓவியங்களை வாங்கி வீட்டுக்கு எடுத்துப் போனால் அவற்றில் அந்தச் சிறுமியின் உருவம் மறைந்து போகும் எனச் சொன்னான். அவளோ அந்தச் சிறுமியின் உருவம் இனி மறையாது, ஏனெனில் அந்தச் சிறுமி தான்தான் என்று கூறிவிட்டுச் சென்றுவிட்டாள். ●

காலப்பயணம்

அந்த ஊரின் அங்காடி ஒன்றில் அவன் நடந்து கொண்டிருந்தான். அங்கிருந்த மக்கள் பழக்கமானவர்களைப் போல சில சமயங்களிலும் பகைவர்களைப் போல சில சமயங்களிலும் அவனுக்குத் தெரிந்தார்கள். அவர்கள் பேசிய மொழி கொச்சையாக இருந்தது. அவனுக்கு அந்த மொழி புரிந்தாலும் மொழிப் பயன்பாடு சீரழிந்து போய்விட்டதைக் கண்டு துயருற்றான். அந்த மொழியின் செம்மையான வடிவம்தான் அவனுக்குத் தெரியும். அந்த மொழியில் அவன் ஒரு கடையில் கேட்ட பொருள் இல்லை என்றார்கள். அந்தப் பொருளை அவன் குறிப்பிட்ட பெயர் தவறு என்றும் அதை வேறு வகையில் சொல்லவேண்டும் எனவும் கற்றுத் தந்தார்கள். அவனிடம் பொற்காசுகள் மட்டுமே இருந்தன. அங்கிருந்தவர்கள் பொற்காசுகளை வைத்திருந்தால் களவு போய்விடும் என அவனை அச்சுறுத்தி ஒரு வங்கிக்கு அழைத்துப் போய் கணக்கைத் தொடங்கச் சொன்னார்கள். அவன் ஊரின் பெயரோ நாட்டின் பெயரோ எவருக்கும் புரியவில்லை. அவன் நொந்து போனான். வங்கியில் இருந்த ஒருவர் அவனிடம் பேச்சுக் கொடுத்தார். அவன் தங்குவதற்கு தன் வீட்டிற்கு வரலாம் எனக் கூறி தன் முகவரியைக் கொடுத்தார். அவனுக்கு அதைப் படிக்கத் தெரியவில்லை. அவரிடம் அது எங்கிருக்கிறது எனப் படம் வரைந்து வாங்கிக் கொண்டு கிளம்பினான். ஒரு கடையில் பொற்காசுகளைக் கொடுத்து அந்த நாட்டில் புழங்கும் பணத்தைப் பெற்றுக் கொண்டு ஓர் உணவு விடுதிக்குச் சென்றான். அங்குப் பரிமாறுபவர் சொன்னதற்குத் தலையாட்டிவிட்டு அவர் கொண்டு வந்து வைத்ததை உண்டான். அதன் சுவை புதுமையாக இருந்தாலும் அவனுக்கு ருசிக்கவில்லை. அங்கிருந்து கிளம்பி

வங்கியில் பார்த்தவர் கொடுத்த முகவரிக்குப் போய்ச் சேர்ந்தான். அவர் அவனை வரவேற்று ஓர் அறையைக் காட்டினார். அங்குப் போய் கீழே படுத்து நன்றாக உறங்கினான். அடுத்த நாள் உணவை முடித்துவிட்டு கடற்கரைக்குப் போனான். தான் குழந்தையாக இருந்த போது அங்குச் சுற்றித் திரிந்ததை எண்ணிப் பார்த்தான். கடற்கரை விழாக்கோலம் பூண்டிருந்தது. பல ஆண்டுகளுக்கு ஒரு முறை நடத்தப்படும் பெரு விழா அது எனச் சொன்னார்கள். கடல் அலைகளைப் பார்த்துக் கொண்டு அமர்ந்திருந்தான். இரண்டாயிரம் ஆண்டுகளுக்கு முன் இதே போல் கடற்கரையில் விழா நடக்கும் போது பேரலை ஒன்று எழுந்து அந்த நகரத்தை மூழ்கடித்ததை நினைத்துப் பார்த்தான். அதே நாள் அதே இடத்தில் தான் அமர்ந்திருப்பதையும் எண்ணிச் சிரித்துக் கொண்டு கடலை உற்றுப் பார்த்தான். ஒரு பேரலை அந்த ஊரைச் சுருட்டிக் கொண்டது. ●

தண்டனை

அவன் மிகப்பெரிய சதுரங்க ஆட்டக்காரன். அவனை அந்தக் கிரகத்தில் யாராலும் வெல்ல முடியவில்லை. இதைக் கேள்விப்பட்ட வேற்றுக்கிரகவாசி ஒருவன் அவனோடு விளையாட அழைத்தான். வேற்றுக்கிரகவாசி கண்ணாடி சதுரங்க மேடை மீது லேசர் ஒளி பிம்பங்களாலான காய்களை தொலை இயக்கி மூலம் நகர்த்தி விளையாடுபவன். அந்த முறையை இவனும் கடுமையாகப் பயிற்சி செய்து கற்றுக் கொண்டு வேற்றுக்கிரகவாசியுடன் சதுரங்கப் போட்டியில் பங்கெடுத்தான். பந்தயத்தில் வேற்றுக்கிரகவாசி தோற்றுப் போனால் இவனை அந்தக் கிரகத்திற்கு அவன் அழைத்துச் செல்லவேண்டும். இவன் தோற்றுப் போனால் இனி சதுரங்கமே ஆடக்கூடாது. இதுதான் ஆட்ட விதி. போட்டி தொடங்குவதற்கு முன் இவன் தன் காதலியிடம் அந்தக் காய்களின் பிம்பங்களை உருவாக்கும் லேசர் கருவியிலுள்ள கணினியை ஊடுருவி காய்களில் தோற்றப் பிழைகள் வரச் செய்யவேண்டும் எனவும் அது தனக்குச் சாதகமாகக் காய்களை நகர்த்துவது போல் செய்யவேண்டும் எனவும் கேட்டுக் கொண்டான். அவளும் அப்படியே செய்தாள். வேற்றுக்கிரகவாசி தோற்றுப் போனான். இவனைத் தன் கிரகத்திற்கு அழைத்துச் சென்றான். தன் கிரகத்தை அடைந்தவுடன் சதுரங்கத்தில் அவன் எப்படி விளையாடி தன்னைத் தோற்கடித்தான் என அங்கிருப்பவர்களின் முன் காட்டப் போவதாக விளையாட்டைத் தொடங்கினான். இதைச் சற்றும் எதிர்பாராத இவனுக்கு நடுக்கம் ஏற்பட்டது. இவன் செய்தது போலவே லேசர் ஒளி கருவியின் கணினி, காய்களின் தோற்றப் பிழையைச் செய்து காட்டியது. அது இவனுக்குச் சாதகமாக இருந்தது. அங்கிருந்தவர்கள் இவனை ஏளனப்படுத்தி சிரித்தார்கள். காய்களின் தோற்றப் பிழை மூலமே இவனால் வெற்றி பெற முடியும் என அந்த வேற்றுக்கிரகவாசி எல்லோரிடமும் எடுத்துச் சொன்னான். இவனுக்கு அவமானம் தாங்க முடியவில்லை. உடனடியாகத் தன் கிரகத்திற்குத் திரும்பியவன் இனி எப்போதும் தான் சதுரங்கம் ஆடப் போவதில்லை என அறிவித்தான். ●

மாத்திரை

ஒரு மருந்து நிறுவனம் மூளையின் நினைவாற்றலுக்காகவும் மறதியைத் தவிர்ப்பதற்காகவும் மாத்திரை ஒன்றைக் கண்டுபிடித்தது. அதில் வேதிப் பொருள் எதுவும் இல்லை. அது ஒரு மின்னணு கருவி. அது ஒரு சில்லு போலத்தான் வேலை செய்யும். மூளையின் நினைவாற்றல் பகுதியுடன் மின்காந்த அலைகளால் தொடர்பு ஏற்படுத்திக் கொள்ளும். மூளையில் நினைவாற்றலுக்கானத் தூண்டுதல் ஏற்பட்டால் இந்த மாத்திரை வேலை செய்து அந்த நினைவைக் கொண்டு வரும். ரத்தத்தின் சூட்டினால் ஆற்றலைப் பெற்றுக்கொண்டு ஒருவருடைய ஆயுள் முழுக்க வேலை செய்யும். இதில் மேம்பட்ட வடிவங்களையும் அந்த நிறுவனம் உருவாக்கியது. ஒருவர் தன் வாழ்நாள் முழுக்க நடந்த சம்பவங்களைப் பதிவு செய்து கொடுத்தால் இந்த மாத்திரையில் அது ஏற்றப்படும். அதன் பின் அவர் இந்த மாத்திரையைச் சாப்பிட்டுவிட்டால் அது எல்லா நினைவுகளையும் காலவாரியாக ஒழுங்குபடுத்தி தேவையான போது நினைவுக்குக் கொண்டு வரும். இந்த மாத்திரையால் மாணவர்கள் பெரிதும் பலன் அடைந்தனர். பாடங்களை ஒரு முறை வாய்விட்டு வாசித்தால் போதும். அது இந்த மாத்திரையில் பதிந்துவிடும். ஆயுள் முழுக்க எந்தச் சூழ்நிலையிலும் எந்தப் பாடம் வேண்டுமானாலும் நினைவுக்குக் கொண்டு வரமுடியும். இதனால் மாணவர்கள் தேர்ச்சி விகிதம் அதிகரித்துவிட்டது. இன்னும் மேம்பட்ட மாத்திரை வடிவங்களை அந்த நிறுவனம் உருவாக்கியது. அதில் தேடல் எந்திரங்களும் இருந்தன. ஒரு மூளையில் குறிப்பிட்டச் செய்தி இல்லை என்றால் தேடுபொறி எந்திரங்களில் அதனைத் தேடி அது நினைவுக்குக் கொண்டு வரும். இதற்கு அந்த மாத்திரையில் மிக நுண்ணிய உணரிகள் பொருத்தப்பட்டு அவை

அருகலை மூலம் இணையதள சேவை பெறும் வகையில் உருவாக்கப்பட்டன. அந்த மாத்திரை அதிக விலை கொண்டதாக இருந்தது. ஆனால் மக்கள் அதைப் பொருட்படுத்தாமல் அதை வாங்கிச் சாப்பிட்டார்கள். ஒரு கட்டத்தில் உலக மக்கள் தொகையில் பாதிக்கும் மேற்பட்டோர் அந்த மாத்திரையைப் பயன்படுத்துபவர்களாகிவிட்டனர். மனிதர்களை எந்திரங்களாக்கும் முயற்சி இது என அதற்குப் பெரும் எதிர்ப்பு கிளம்பியது. ஆனால் அந்த நிறுவனத்திற்குப் போட்டியாக மற்றொரு நிறுவனம் போலி மாத்திரைகளை உற்பத்தி செய்தது. அவற்றைக் குறைந்த விலையில் விற்றது. ஆனால் இதைச் சாப்பிட்டவர்களுக்கு செவித்திறன் குறைபாடு, பேச்சுத்திறன் குறைபாடு என்று பல சிக்கல்கள் ஏற்பட்டன. இதனால் பீதி ஏற்பட்டதால் அதுபோன்ற மாத்திரை உற்பத்தி முழுமைவதும் நிறுத்தப்பட்டது. ●

பரிமாற்றம்

அவன் தினமும் அலுவலகம் செல்லும் போது முக்கிய சாலையின் போக்குவரத்து விளக்குகளில் காத்திருக்கையில் அந்தச் சிறுமியைப் பார்ப்பான். நான்கு சக்கர வாகனத்தை ஓட்டும் அவனுடைய ஜன்னலருகில் வந்து அவனிடம் ஏதாவது ஒரு பேனா அல்லது சிறிய புத்தகம் போன்றவற்றை வாங்கச் சொல்லிக் கேட்பாள். அவன் ஜன்னல் கண்ணாடியை இறக்கிவிட்டு அவளுக்கு ஒரு சிறிய அளவுக்கான பணத்தைக் கொடுத்துவிட்டுக் கிளம்புவான். தினம் இது நடப்பதால் அந்தச் சிறுமி நன்கு பழகிவிட்டாள். ஏழு வயதிருக்கும் அந்தச் சிறுமிக்கு எண்ணிக் கொண்டான். ஆனால் மிகவும் சிறிய குழந்தை போல் இருந்தாள். அதற்குள் இப்படி வியாபாரம் செய்ய அவள் வீட்டில் அனுப்பியிருக்கிறார்கள் என்று எண்ணித் துயர் அடைந்தான். ஒரு நாள் அவள் பெயரைக் கேட்டான். அவளுக்கு அம்மா மட்டும்தான் எனத் தெரிய வந்தது. அவள் இருக்கும் இடத்தைக் கேட்டான். அது அருகில் இருந்த ஒரு குடிசைப் பகுதி என்று சொன்னாள். அந்தக் குழந்தைக்கு ஏதாவது உதவி செய்ய வேண்டும் என்று நினைத்தான். அவள் குடும்பத்தைக் காப்பாற்றுவது எளிதாக இருக்காது. ஆனால் அவளை நல்லப் பள்ளியில் படிக்கவைக்கலாம் என விரும்பினான். ஏதாவது ஓர் அமைப்பிடம் சொல்லி அவள் குடும்பத்திற்கு உதவி கிடைக்கும்படி வழிவகைச் செய்யலாம் எனவும் முடிவு செய்தான். தனக்கு என்று யாரும் நெருக்கமாக இல்லாத நிலையில் அந்தச் சிறுமி மீது எதற்காக இந்த அளவு கவனமும் பரிவும் கொடுக்கத் தோன்றியது என அவ்வப்போது எண்ணிப் பார்த்துக் கொண்டான். அடுத்த நாள் அவளிடம் பள்ளிக்குச் செல்லும் யோசனையைச் சொல்ல ஆவலாகக் காத்திருந்தான். அன்று அவளை அந்தச் சாலையில் காணவில்லை.

அவனுக்குத் துயரமாக இருந்தது. அந்தக் குழந்தைக்காக ஏன் இப்படி வருத்தமடைய வேண்டும் என்று அவனுக்குப் புரியாமல் இருந்தது. அலுவலகம் செல்லும் வரை அவள் யோசனையாகவே இருந்தது. பல சமாதானங்களைச் சொல்லிக் கொண்டான். ஆனாலும் அவள் முகமே அவன் கண்களில் தெரிந்தது. அடுத்த நாள் அவள் வருவாள் என நம்பிக்கைக் கொண்டான். அடுத்த நாளும் அவள் அந்தச் சாலைக்கு வரவில்லை. அவள் இருப்பிடம் அருகிலிருந்த ஒரு குடிசைப் பகுதி என அவனுக்குத் தெரியும். அலுவலகத்திற்கு அன்று விடுப்புச் சொல்லிவிட்டு அந்தக் குடிசைப் பகுதிக்குப் போனான். அவளைப் பற்றி விசாரித்துக் கொண்டே வெகுதூரம் நடந்துவிட்டான். அவள் எங்கும் இல்லை. தண்ணீர் அடிக்கும் குழாய் அருகில் குழுமியிருந்த பெண்களிடம் அவளைப் பற்றிக் கேட்டான். அந்தச் சிறுமியின் தாய் நோய்வாய்ப்பட்டு இறந்துவிட்டதாகவும் அந்தச் சிறுமி அந்தப் பகுதியில்தான் சுற்றித் திரிவதாகவும் சொன்னார்கள். அந்தத் தெருவில் நடந்து போய்ப் பார்த்த போது அவள் ஒரு மரத்தடியில் சேர்ந்து ஒடுங்கி அமர்ந்திருந்தாள். அவனைக் கண்டவுடன் துள்ளிக் குதித்து வந்தாள். அவளைத் தூக்கிக் கொண்டு அவன் வீட்டை நோக்கி நடந்தான். ●

சிலந்தி வலை

அவன் எந்த வேலையும் கிடைக்காமல் பெரும் பாடுபட்டுக் கொண்டிருந்தான். என்ன செய்வது எனப் புரியாமல் ஒரு நாள் ஒரு பூங்காவில் படுத்து உறங்கிக் கொண்டிருந்தான். அப்போது அவன் மீது ஏதோ ஒன்று ஊர்வது போல் இருந்தது. திடுக்கிட்டு எழுந்து அமர்ந்தான். தங்க நிற சிலந்தி ஒன்று அவன் மீது ஏறிக் கொண்டிருந்தது. அதைக் கையில் எடுத்து வைத்துப் பார்த்தான். உன் பசியைத் தீர்க்க ஒரு வழி சொல்லட்டுமா என்று கேட்டது அது. அவன் கண்கள் விரிய அதற்குக் காத்திருக்கிறேன் என்றான். உயரமான கட்டிடங்கள், மரங்கள் இவற்றில் எந்த உதவியும் இன்றி ஏறிக் குதித்து வித்தை காட்டு. அந்த உயரமான இடங்களிலிருந்து ஏறவும் குதிக்கவும் நான் உனக்கு உதவி செய்கிறேன் என்றது அந்தச் சிலந்தி. அவன் சிறுவயதில் சிலந்தி மனிதன் படங்களைப் பார்த்து அப்படி ஒரு மனிதனாகவேண்டும் என்று ஆசைப்பட்டாலும் இப்போது உண்மையாகவே அதற்கான வாய்ப்பு வந்திருக்கும் போது அவனுக்குத் தயக்கமாக இருந்தது. இப்படிப்பட்டச் சாகசங்களை அவன் வாழ்க்கையில் ஒரு முறை கூட அவன் செய்து பார்த்ததில்லை. சிலந்தியிடம் தன் தயக்கத்தையும் பயத்தையும் எப்படிச் சொல்வது என நினைத்து அமைதியாக இருந்தான். சிலந்தி அவனை ஓர் உயரமான மரத்தைக் காட்டி அதில் ஏறச் சொன்னது. அவன் அந்த மரத்தின் மீது கால் வைத்ததும் ஒரு சிலந்தி வலை அவன் கைகளில் இறுக்கமாகப் படர்ந்தது. அப்படியே அது அவனை மேலே கொண்டு போனது. அவனுக்கு வியப்பு தாங்க முடியவில்லை. மேலே வந்த அவனைக் கீழே குதி என்றது சிலந்தி. அவன் அஞ்சி அப்படியே நின்றான். கண்களை மூடிக் கொண்டு கீழே குதித்தான். அவன் கையில் படர்ந்திருந்த வலை அவனைச் சிறகு போல் தரையில் கொண்டு வந்து நிறுத்தியது. அவனால் நம்ப முடியவில்லை. ஒரு பெரிய உயரமான கட்டிடத்தின் முன் நின்றான். அதன்மீது கால் வைத்தவுடன்

சிலந்தி வலை கையில் படர்ந்தது. அவனை அறியாமல் அந்தச் சுவர்களில் ஏறி உச்சிக்கு வந்து நின்றான். கீழே பார்த்தான். தலை சுற்றியது. அங்கிருந்து குதித்தான். எந்தச் சேதாரமும் இன்றி வந்து இறங்கினான். அவனுடைய சாகசத்தைக் கண்டு உலகமே வியக்கத் தொடங்கியது. செல்வம் கொட்டியது. அவன் அறையில் அமர்ந்து பெருமிதத்தோடு தன்னை வெல்ல யாராலும் முடியாது என்ற கர்வத்தில் மிதந்து கொண்டிருந்தான். தன் சாகசத்தை உருவாக்கிய அந்தச் சிலந்தியைப் பார்த்துக் கொண்டிருந்தான். அதைக் கையில் ஒரு முறை பிடிக்கலாம் என்று கட்டிலில் ஏறினான். நிலை தடுமாறி கீழே விழுந்து இறந்து போனான். ●

முகாம்

இரு நாடுகளுக்கு இடையில் போர் மூண்டதால் எல்லையில் போர் வீரர்கள் முகாமிட்டிருந்தனர். பல கண்காணிப்புக் கருவிகளைக் கொண்டு இரு தரப்பினரும் கண்காணித்துக் கொண்டிருந்தனர். இரு தரப்பினருக்கும் ஒருவர் முகாமில் மற்றொருவர் நுழைந்துவிடவேண்டும் என்ற எண்ணம் இருந்தது. இந்த நிலையில் ஒரு நாட்டு வீரர்களுக்கு உதவ ஒரு விஞ்ஞானி முன் வந்தார். எல்லைப் பகுதியிலிருந்து வெட்டுக்கிளி அளவிலான நெகிழி பீரங்கிகளைச் செய்து அவற்றை அடுத்த நாடு எல்லை வரைப் பறந்து போகச் செய்து ஒரே நேரத்தில் தானியங்கி உணரியை இயக்கினார் அந்த விஞ்ஞானி. அது போன்ற ஆயுதம் தாங்கிய வெட்டுக்கிளி பீரங்கிகள் எல்லையிலிருந்து வரும் என எதிர்பார்க்காத அந்த நாட்டு எல்லையிலிருந்த வீரர்கள் அவை ஆயுதங்கள் எனத் தெரியாமல் வெட்டுக்கிளி தாக்குதல் என எண்ணி அவற்றை அழிக்க முற்பட அவை அனைத்தும் ஒரே நேரத்தில் வெடித்து அவர்களை நிலைகுலையச் செய்தன. அதனால் அவர்கள் அந்த எல்லையை விட்டு உள்ளே நகர்ந்து செல்ல வேண்டியதாயிற்று. அது ஒரு மிகப்பெரிய வெற்றியாகக் கருதப்பட்டது. அடுத்ததாக அந்த விஞ்ஞானி நெகிழியாலான ஆமைகளைத் தரையில் புதைத்து அவற்றை அடுத்த நாட்டு எல்லை வரை நகரச் செய்து அவர்களின் முகாம் வந்தவுடன் தரையிலிருந்து ஒரே நேரத்தில் வெளிப்பட்டு வெடித்துச் சிதறின. அதில் மேலும் சேதங்கள் ஏற்பட்டு அவர்கள் அந்த இடத்தை விட்டு இன்னும் உள்ளே தள்ளிச் சென்றுவிட்டனர். இது போன்றத் தாக்குதலைச் சமாளிக்க என்ன செய்வது என்று அவசரமாக அவர்களின் தலைவர்கள் ஆலோசனை நடத்தினார்கள். அவர்களுக்கு நெருக்கமாக இருந்த மற்றொரு நாடு நெகிழியாலான பெண் எந்திர பொம்மைகளைச் செய்து கொடுத்தது. அவற்றை அந்த நாட்டு எல்லை வரைக் கொண்டு சென்று விட்டு வந்தார்கள். அந்தப் பெண் பொம்மைகள் உண்மையான பெண்கள் போல் இருந்தார்கள். அவர்களைக் கண்டால் யாராலும் வாயடைத்துப் போகச் செய்யும் தொழில்நுட்பத்தை அந்தப் பொம்மைகள் கொண்டிருந்தன. அந்தப் பொம்மைகளைக் கண்டு செயலிழந்து மயங்கினார்கள் அந்த நாட்டு வீரர்கள். அதுதான் சமயம் என்று காத்திருந்து எதிரி நாட்டு வீரர்கள் உள்ளே நுழைந்தார்கள். ●

தொடர்பு

வேற்றுக்கிரகவாசிகளில் ஓர் இனத்தைச் சேர்ந்தவர்கள் அவனுடன் தொடர்பு கொண்டிருந்தார்கள். அவன் கிரகத்தில் இருப்பவர்கள் சிலரைத் தங்கள் கிரகத்திற்கு அழைத்துச் செல்ல அவர்கள் விரும்பினார்கள். அதற்கு உகந்த நபர்களைத் தேர்ந்தெடுக்க அவனை நியமித்தார்கள். அவன் அவர்கள் கொடுத்திருக்கும் முத்திரையை அவன் தேர்ந்தெடுக்கும் நபர் மீது பதித்துவிடவேண்டும். அது ஓர் உணரி போல் செயல்படும். அந்தக் கிரகத்திலிருந்து அவர்கள் அந்த நபர்களைக் கண்காணித்துக் கொள்வார்கள். அவன் பலரைச் சந்தித்து அவர்களில் மூவரைத் தேர்ந்தெடுத்தான். பிறவியிலேயே குள்ளமான பெண், ஊமைச் சிறுவன், கண் பார்வையற்ற இளைஞன் ஆகிய மூவரை அவன் தேர்ந்தெடுத்து முத்திரையைப் பதித்தான். வேற்றுக்கிரகவாசிகள் அந்த முத்திரைகளை வைத்து அந்த மூன்று பேரையும் ஆராய்ந்த போது அந்தக் குள்ளமான பெண்தான் அவர்களுக்குப் பொருத்தமாக இருப்பதாக முடிவு செய்து அவள் தூங்கும் போது அவளை மயக்கித் தங்கள் கிரகத்திற்கு எடுத்துச் சென்றுவிட்டார்கள். அங்கு அவள் உடலில் சில நுண்ணிய கருவிகளைப் பொருத்தி மீண்டும் அவள் வீட்டிலேயே கொண்டுவந்து விட்டுவிட்டார்கள். காலையில் எழுந்ததும் அவள் பல மொழிகளில் பேசினாள். சட்டென்று உயரமாவதும் குள்ளமாவதும் என உருமாறினாள். அதுவரைக் கண்டுபிடிக்க முடியாத பல அறிவியல் ஆய்வுகளுக்கு ஒரே வாரத்தில் தீர்வு கண்டாள். அவளுடைய இந்த வளர்ச்சியையும் மாற்றத்தையும் கண்டு மற்றவர்கள் அச்சமடைந்தார்கள். அவளுடன் இருக்க யாரும் விரும்பவில்லை. அவளை அந்தக் கிரகத்திலிருந்து வெளியேற்றிவிடலாம் என முடிவு செய்தார்கள். அவளை ஓர் விண்வெளி ஓடத்தில் அமர்த்தி விண்ணில் பறக்கச் செய்து விட்டார்கள். அவள் பல அண்டங்களையும் சுற்றி வந்தாள். அவளிடம் தங்களின் கருவிகள் இருப்பதால் அந்த வேற்றுக்கிரகவாசி இனம் அவளைத் தங்கள் கிரகத்திற்கு அழைத்துச் சென்று அந்தக் கருவிகளைக் கழற்றிவிட்டு அவளது பழைய கிரகத்திலுள்ள வீட்டுக்கே கொண்டுவந்து விட்டுச்சென்றார்கள். ஆனாலும் அவள் எப்படித் திரும்பிவந்தாள் என அச்சமுற்று யாரும் அவள் அருகில் கூட வரத் தயங்கினார்கள். அவன் தன்னால்தான் அவளுக்கு அந்த நிலைமை ஏற்பட்டது என்பதால் அவனே அவளைப் பராமரிக்கத் தொடங்கினான். ●

இலை மீன்

அன்று அவள் காட்டில் இருந்த குளத்தருகில் வந்து நின்றாள். அந்தத் தண்ணீரை எடுத்துப் பருகப் போனாள். குளத்தில் இலைகளைப் போல் பல உருவங்கள் நீந்துவதைப் பார்த்தாள். இது வரை காணாத இலை மீன்கள் அவை எனப் புரிந்துகொண்டாள். அவை மிக அழகாக இருக்கின்றன என்று வாய்விட்டுச் சொன்னாள். உடனே அவளை ஒரு விசை குளத்துக்குள் இழுத்துச் சென்றுவிட்டது. அதோடு மட்டுமல்லாமல் அவளும் இலை மீனாகிப் போனாள். அவளைச் சூழ்ந்து கொண்ட இலை மீன்கள் அவளைத் தங்கள் தலைவனிடம் அழைத்துச் சென்றன. அவளால் எந்தப் பயனும் இல்லை, அவளைச் சிறைப்படுத்துங்கள் என்று தலைமை இலை மீன் கூறியது. அதை ஏற்க மறுத்த இலை மீன்கள் அவள் தங்களை எப்படிக் கண்டுபிடித்தாளோ அப்படி அங்கிருக்கும் மற்றவற்றைக் கண்டுபிடிக்கிறாளா எனப் பார்க்கலாம் என்றன. தலைமை இலை மீன் அதற்கு ஒப்புதல் வழங்கியது. அவளை அழைத்துக் கொண்டு குளத்தின் ஆழத்திற்குச் சென்றன. அப்போது வழியில் ஏதோ ஒன்று மின்னிக் கொண்டிருக்க அது வண்டுதானே என்றாள். இலை மீன்களே இதுநாள் வரை தன்னைக் கண்டுபிடிக்காத போது அவள் கண்டுபிடித்ததால் அவளுக்குத் தன்னிடம் இருந்த வைரத்தைக் கொடுத்து அதைக் கண்ணில் பொருத்திக் கொண்டால் எந்த அபாயம் வந்தாலும் மீளலாம் எனச் சொன்னது. அதேபோல் வழியில் தோகை போல் ஏதோ ஒன்று ஆட அதைத் தோகை மீன் என அவள் கண்டுபிடித்ததால் அவளுக்குத் தன் சிறகு ஒன்றைக் கொடுத்து அதை வைத்துக் கொண்டால் பசி எடுக்காது எனச் சொன்னது. இன்னும் சற்றுத் தொலைவில் ஏதோ ஒன்று நெளிய அதை நீர்நாகம் என்று அவள்

கண்டுபிடித்ததால் அவளுக்கு மாணிக்கக் கற்களைக் கொடுத்து அவற்றை இரவிலும் பகல் போன்ற வெளிச்சத்திற்காகப் பயன்படுத்தலாம் என்று கூறியது அது. இவற்றைக் கண்ட இலை மீன்கள் அவள் திறமையைத் தலைமையிடம் சொல்ல அழைத்துப் போன போது அவர்களின் தலைமை இலை மீன் அல்ல அப்படி வேடம் தரித்திருக்கும் போலியான நபர் என அவள் கூறிவிட்டாள். அதைக் கேட்டு தலைமை இலை மீன் மீதிருந்த இலைகளைக் குத்திக் கிழித்தவுடன் அவன் அஞ்சி அங்கிருந்து பாய்ந்து வெளியே போய்விட்டான். அந்த இலை மீன்கள் அவளைத் தங்கள் தலைவியாக ஏற்றுக் கொள்ள விரும்பின. அதற்கு அவள் ஒரே ஒரு சோதனையைச் சந்திக்கவேண்டும் என்றன. அவளும் அதற்கு இணங்கினாள். அங்கிருக்கும் ஒரு மரத்தைக் காட்டி அதன் அடிமுடி தெரியுமா என்று வினவின. அதன் உச்சி வேறொரு கிரகத்திலும் அதன் வேர்கள் பாதாளலோகத்தின் பல அடுக்குகளின் கீழும் உள்ளதாகச் சொன்னாள். இலை மீன்கள் பெரிதும் மகிழ்ந்து அவளைத் தங்கள் தலைமையாக ஏற்றன. ●

அதிர்வு

அந்த நாய்க்குட்டியை அவன் வாங்கி வந்து வளர்க்கத் தொடங்கிய போது அவ்வளவு செல்லமாக அவனையே வளைய வந்தது. அவனிடம் அது காட்டும் பாசம் அளவிடற்கரியதாக இருந்தது. அவன் அலுவலகம் சென்று வீடு வரும் வரை வீட்டுக்கு வெளியிலேயே காத்திருந்தது. அவன் வந்தவுடன் பாய்ந்து வந்து அவன் மீது ஏறிக் கொள்ளும். ஒரு நாள் அவனைப் பார்க்காவிட்டால் கூட உணவு உண்ணாது. அப்படிப்பட்ட நாய் ஒரு நாள் அலுவலகம் விட்டு வந்தவுடன் இவனைக் கண்டு குரைத்தது. அன்று அதன் குணம் சரியில்லை எனப் புரிந்துகொண்டான். வீட்டிற்குள் நுழையப் பார்த்தவனை வழி மறித்தது. அவனைக் கடித்துவிடும் போல பயமுறுத்தியது. அதன் கோபம் தீரட்டும் என ஒரு மணி நேரம் வெளியே சுற்றிவிட்டு வந்தான். மீண்டும் அதேபோல் மூர்க்கத்தைக் காட்டியது. அதற்கு சாப்பாடு வாங்கி வந்தான். அதைத் திரும்பிக் கூட அது பார்க்கவில்லை. அவனை வீட்டுக்குள் விடவே இல்லை. மூர்க்கமாக அவன் மீது பாய்வது போல் வந்தது. அவன் வீட்டை விட்டுச் சிறிது தூரம் வந்து பின்னால் பார்த்த போது அது துரத்தி வந்தது. அவன் வேகமாக நடந்தான். அதுவும் வேகமாகப் பின்னால் துரத்தி வந்தது. அந்தச் சாலையின் முடிவு வரைப் போய் நின்று பார்த்தான். மீண்டும் துரத்தி வந்தது. நின்று கல்லை எடுத்தான். அப்போதும் துரத்தியது. வேகமாக ஓடினான். ரயில் நிலையத்திற்கு வந்துவிட்டான். பின்னால் துரத்திக் கொண்டு அது ஓடி வந்துகொண்டிருந்தது. அதற்கு வெறி பிடித்துவிட்டது என நினைத்துக் கொண்டான். ரயில் நிலையத்திலும் அவனைத் துரத்தியது. அப்போதுதான் கிளம்பிக் கொண்டிருந்த ஒரு ரயிலில் அவன் ஏறிவிட்டான். அவன் ஊரை விட்டு வெகு தூரம் வந்த பின்தான் அது பல மாநிலங்களைத் தாண்டிச் செல்லக் கூடிய வண்டி எனத் தெரிய வந்தது. இரு நாள்கள் அதன் பயணம் நீடிக்கும் எனவும் விசாரித்து அறிந்தான். அது சென்றடையும் இடத்திற்கே போய்விடலாம் என்ற ஒரு விரக்தி அவனுக்குள் எழுந்தது. ஒரு ரயில் நிலையத்தில் இறங்கி சீட்டை வாங்கிக் கொண்டு ஏறி அமர்ந்தான். பயணம் முழுக்க நாய் நினைவாகவே இருந்தது. தனக்கு என்று யாரும் இல்லாததால் நாயை எடுத்து வளர்த்தான். அது இப்படி மூர்க்கத்தனமாக நடந்து கொள்ளும் என அவன் எதிர்பார்க்கவே இல்லை. தனக்கு என

இனி யாரும் இல்லை என்பது போல் ஒரு கணம் தோன்றியது. அவனுக்கு அழுகையாக வந்தது. இரண்டு நாள்கள் பயணத்திற்குப் பின் ஆயிரம் கிலோ மீட்டர்களுக்கு மேல் தாண்டி வந்து சேர்ந்தான். அங்கு இறங்கியவுடன் வேறு மொழி பேசியவர்கள் இருந்தாலும் அவர்கள் ஏதோ பரபரப்புடன் பேசுகிறார்கள் எனப் புரிந்தது. அவன் அலைபேசி முற்றிலும் செயல் இழந்துவிட்டிருந்தது. அந்த ரயில் நிலையத்தில் ஒரு செய்தித்தாளை வாங்கிப் பார்த்தான். அவன் ஊரில் ஒரு பெரிய நிலநடுக்கம் தாக்கிய செய்தி முதல் பக்கத்தில் வந்திருந்தது. அவன் இருந்த இடத்தில் எல்லா வீடுகளும் தரைமட்டமாகிவிட்டப் படங்கள் வந்திருந்தன. இறுதியாக ரயில் நிலையத்தில் காத்திருந்த அவனுடைய நாயின் படமும் அதில் வந்திருந்தது. ●

பணம்

வேற்றுக்கிரகத்தின் ராணி வேறு ஏதாவது கிரகத்திற்குச் சென்று அங்கு நடப்பதைக் காணவேண்டும் என நினைத்து ஒரு கிரகத்திற்கு வந்து ஒரு மரத்தில் உறைந்து நின்றாள். சுற்றி நடப்பவற்றைக் கண்காணித்து வந்தாள். அந்தக் கிரகத்தில் இருந்த வறுமையும் நோயும் பிணியும் துன்பமும் அவளால் பொறுத்துக் கொள்ள முடியாத வகையில் இருந்தன. அதற்குக் காரணமானவர்களை உடனடியாக அழித்துவிடவேண்டும் என்று அவளுக்குத் தோன்றியது. தான் கருணையால் நிறைக்கப்பட்ட கிரகத்திலிருந்து வருவதால் இங்கிருப்பவர்களுக்கு உதவி அவர்களின் துன்பத்தைப் போக்கவேண்டும் என முடிவு செய்தாள். யாரிடம் அதிகமான பணம் இருக்கிறது என்று அவளது சேவர்களைக் கொண்டு சலித்தாள். அந்த எண்ணிக்கைக் குறைவாகத்தான் இருந்தது. தினமும் அந்தச் செல்வந்தர்களின் பணத்தை எடுத்து வறுமையில் உழல்பவர்களுக்குக் கிடைக்கும் படி செய்தாள். அவர்களுக்கே தெரியாமல் அவர்களின் இருப்பில் அவர்களுக்குப் பணம் சேர்வது பெரும் விநோதமாக இருந்தது. இருந்தாலும் யாரும் யாரிடமும் அதைச் சொல்லிக் கொள்ளவில்லை. பணம் வைத்திருந்தவர்கள் தங்கள் இருப்பில் பணம் குறைவதை வெளியில் சொல்ல முடியாமல் புழுங்கித் தவித்தனர். செல்வந்தர்களின் எண்ணிக்கை மேலும் குறைந்தது. எல்லோருக்கும் சம அளவில் பணம் போய்ச் சேர்ந்துவிட்டது. செல்வந்தர்களுக்குச் சொந்தமாக இருந்த அசையாச் சொத்துகளும் ஒரே இரவில் அது போன்ற சொத்து இல்லாதவர்களுக்கு உரியவை ஆயின. பொருளாதார ஏற்றத் தாழ்வு அந்தக் கிரகத்தில் இல்லாமல் செய்துவிட்டாள் வேற்றுக்கிரக ராணி. வறுமை மறைந்துவிட்டது. செல்வந்தர்களாக இருந்தவர்கள் சிலர் தனியே சந்தித்து ஏதோ ஒரு மர்மமான முறையில் அவர்கள் பணத்தை இழந்துவிட்டதை எண்ணி குமுறினார்கள். அதற்கு ஒரு முடிவுகட்டவேண்டும் என்று நினைத்தார்கள். அதில் ஒருவர் ஓர் ஆலோசனை சொன்னார். பாதுகாப்புக்காக எல்லோரும் துப்பாக்கி வைத்துக் கொள்ளவேண்டும் என்ற விதியைக் கொண்டுவரலாம்

என்று அந்தக் கூட்டத்தில் முடிவு காணப்பட்டது. அதன் படி அந்தக் கிரகத்தில் எல்லோர் கையிலும் ஒரு துப்பாக்கி இருந்தது. சிறிய கோபத்திற்குக்கூட ஒருவர் மற்றொருவரைச் சுட்டு வீழ்த்தினர். இதைக் கண்ட வேற்றுக்கிரக ராணி இந்த ஆயுதங்களை ஒழித்தால் இந்தப் போக்கிற்கு முடிவு காணமுடியும் என்றாலும் அதற்குத் தன்னுடைய கிரகத்திலிருந்து அனைவரையும் அழைத்து வந்து அதைச் செய்யவேண்டியிருக்கும் என யோசித்தாள். அப்படிச் செய்தாலும் அழிவை நோக்கிச் செல்லும் இந்த இனத்தை எதற்காகக் காப்பாற்ற வேண்டும் என்று நினைத்தவள் உடனே அங்கிருந்து கிளம்பி தன் கிரகத்திற்குச் சென்று சேர்ந்தாள். ●

திரவம்

அந்தக் குப்பியிலிருந்த அவளைக் கீழே கொட்டினாள். அவள் திரவமாகக் கீழே பரவினாள். ஒரு குச்சியைக் கொண்டு அந்தத் திரவத்தின் துளிகளைச் சேர்த்தாள். அந்தத் துளிகள் ஒன்றோடு ஒன்று சேர்ந்து உருவமற்ற அவளை உருவாக்கின. அந்தத் திரவத்தில் மண்ணைத் தூவினாள். அது அந்தத் திரவத்தின் ஈரத்தை உறிஞ்சி ஓர் வடிவமெடுத்தது. அவள் அதைப் பிசைந்து ஓர் உருவத்தைக் கொண்டு வந்தாள். ஓரளவு அவளுடைய சாயலில் அந்த மண் கெட்டிப்பட்டது. அது காய்வதற்கு முன் நூலிழைகளை அதன் மீது விரித்தாள். அவை நரம்புகள் போல் முறுக்கேறின. காய், கனிகளின் ரசத்தை எடுத்து அந்த உருவத்தின் மீது தெளித்தாள். மண் இளகி தசை போலானது. இலைகளின் நரம்புகளை அதன் மீது தூவினாள். அவை ஒன்றோடொன்று இணைந்து கொண்டன. நீரில் குங்குமப் பூவைக் கரைத்து அந்த நரம்புகளின் மீது ஊற்றினாள். அது ரத்தமாக மாறிப் பாய்ந்தது. தேன் கூடுகளை அந்த மண் மீது வைத்தாள். அவை உள் அங்கங்களாக மாறின. மரத்தின் வேர்களைத் தலையில் கோர்த் தாள். கூந்தல் உருப்பெற்றது. தங்கப் பொடியை உருக்கொண்ட மண் மீது தூவினாள். அது தோலாக மாறியது. நாவல் பழங்களை முகத்தில் வைத்தாள். கண்களாயின. ஒரு குழலைக் கொண்டு நாசியில் ஊதினாள். அந்த உருவம் உயிர் பெற்றது. அது அவளைப் போன்ற பெண்ணாக உருவானது. தன்னைப் போன்ற ஒரு பெண்ணை உருவாக்கிவிட்டதில் பெருமிதம் அடைந்தாள். படுத்திருந்த அந்தப் பெண் உருவம் எழுந்தது. தன்னைப் போலவே அவளுக்கு உடைகளை உடுத்தினாள். கண்ணாடி எதிரில் நிற்க வைத்தாள். அவளருகே நின்றாள். என்னைப் போல் நீ இருப்பது எனக்குப் பிடிக்கவில்லை என்றாள் புதிதாக உருவானவள். நான் உன்னை உருவாக்கி இருப்பதால் நீ எனக்குக் கட்டுப்பட்டு இருக்கவேண்டும் என்றாள் அவளை உருவாக்கியவள். புதிதாக உருவானவள் அவளை அறையில் சாத்திவிட்டு பெரிய பாத்திரத்தில் அமிலத்தைக் கொண்டு வந்து கதவைத் திறந்து அவள் மீது ஊற்றினாள். அவள் திரவமாய்க் கரைந்து போனாள். ●

அம்மா

அவளுடைய அம்மா இறந்த போது அவள் அருகில்தான் இருந்தாள். அவளைக் குளிப்பாட்டும் போதும் அவள் அருகில் இருந்து உதவி செய்தாள். அப்போது அம்மாவின் தலைமுடி ஒன்று அவள் கையில் சுற்றிக் கொண்டது. அதைக் கவனமாக எடுத்து ஒரு பெட்டியில் போட்டு வைத்தாள். உறவினர்கள் எல்லோரும் வந்து போன பின் ஓரளவு நிலைமை சாதாரணமான போது ஒரு நாள் அம்மாவின் தலைமுடியை ஒரு பெட்டியில் போட்டு வைத்தது நினைவுக்கு வந்தது. அதை எடுத்துப் பார்த்தாள். அதில் இரு தலைமுடிகள் இருந்தன. ஒன்றுதான் வைத்ததாக அவளுக்கு நினைவு இருந்தது. ஒருவேளை அவை இரண்டாகத்தான் இருந்திருக்கும் என்று எண்ணி அந்தப் பெட்டியை மூடிவைத்து விட்டுப் போய்விட்டாள். அடுத்து சில நாள்கள் கழித்து எடுத்துப் பார்த்தபோது ஒரு கற்றை முடி அந்தப் பெட்டியில் இருந்தது. எப்படி இந்த அளவு முடி வளர்ந்திருக்கும் என்று யோசித்தாள். இனி அந்தப் பெட்டியைத் திறக்கவேண்டாம் என்று முடிவு செய்தாள். அன்று அவள் கனவில் வந்த அவளுடைய அம்மா என்னைப் பெட்டியில் போட்டு மூடி வைத்திருக்கிறாய் திறந்துவிடு என்றாள். திடுக்கிட்டு எழுந்து அமர்ந்தாள். அந்த அறையில் மல்லிகைப் பூ மணம் நிறைந்திருந்தது. அவளை அறியாமல் அந்தப் பெட்டியைப் போய்த் திறந்தாள். அதில் இருந்த தலைமுடி பின்னலிடப்பட்டு அதில் பூச்சரம் வைக்கப்பட்டிருந்தது. அதை எடுத்துப் போய்க் கிணற்றில் போட்டுவிட்டு வந்து படுத்துக் கொண்டாள். அவளால் தூங்க முடியவில்லை. அடுத்தநாள் வெகு விரைவில் தூங்கிப் போனாள். கனவில் வந்த அவள் அம்மா எனக்கு நீந்தத் தெரியாதே என்னைக் கிணற்றில் போட்டுவிட்டாயே என்றாள். உடனடியாகக் கிணற்றடிக்கு வந்து குடத்தை இறக்கி கிணற்றில்விட்டாள். பூ வைக்கப்பட்ட ஒரு நீள கற்றைக் கூந்தல்

அதில் வந்தது. அதை எடுத்துப் போய் அருகில் இருந்த கோவில் வாசலில் வைத்துவிட்டு வந்துவிட்டாள். காலையில் அந்தக் கோயிலைக் கடந்து சென்றபோது அவளுடைய தோழியான பூசாரியின் மனைவி அவளை அழைத்தாள். தனக்கு ஒரு சவுரி முடி தேவைப்பட்டதாகவும் கோவில் வாசலில் கிடந்த அந்த முடிக்கற்றையை எடுத்து கழுவி தலையில் வைத்துப் பின்னிக் கொண்டதாகவும் கூறி பின்னலைக் காட்டினாள். என் கூந்தல் போலவே இருக்கிறது பாரேன் என்றாள். அவளுக்குத் தூக்கிவாரி போட்டது. அவள் உடுத்தியிருந்த புடவையும் அவள் அம்மா இறந்த போது உடுத்தியிருந்த அதே நிற புடவையாக இருந்தது. அசப்பில் அவள் அம்மாவை நினைவுபடுத்தினாள். அவளுக்கு அதிர்ச்சி தாங்க முடியாமல் வீட்டுக்கு வந்தாள். இரவு கனவில் வந்த அம்மா நல்ல காரியம் செய்தாய். இனி எப்போதும் உன்னை நான் பார்த்துக் கொண்டே இருப்பேன். அடிக்கடி கோவிலுக்கு வா என்றாள். அவள் நிம்மதியாக உறங்கிப் போனாள். ●

கண்டுபிடிப்பு

அவன் மரபணு ஆய்வாளன். நீண்ட நாள்களாக உதிர்ந்து முளைக்கும் உறுப்புகளுக்குரிய மரபணுக்களையும் அவ்வாறு முளைத்தலுக்குத் தேவையான வேதியியல் பொருள்களின் கூறுகளையும் ஆய்வு செய்து கொண்டிருந்தான். பல், நகம், கூந்தல் உதிர்ந்தபின் முளைப்பது போல் பல்லிக்கு வால் உதிர்ந்த பின் முளைப்பதையும் பாம்புக்கு சட்டை உருவாவதையும் இணைத்து இந்த மரபணு ஆய்வைச் செய்துகொண்டிருந்தான். அதில் மீண்டும் முளைக்கும் உறுப்புக்குரிய மரபணு, அதன் செயல்பாடு, அதன் வேதிப் பொருள் பற்றி ஊகித்து அவற்றைச் சோதனைச் சாலையில் தயாரித்தான். அதைப் பரிசோதனைக்கு உட்படுத்தினால்தான் மீண்டும் உறுப்புகள் முளைக்கிறதா என்பது உறுதியாகும் என்பதால் அதற்காகக் காத்திருந்தான். விபத்திலோ நோய்வாய்ப்பட்டோ இழக்கும் உறுப்புகளை மீண்டும் வளரச்செய்ய தான் உருவாக்கியிருக்கும் அந்த வினை ஊக்கி பயன்படும் என்பதைப் பரிசோதிக்க என்ன செய்யலாம் என்று யோசித்துக் கொண்டிருந்தான். அப்போது அவனுடைய சோதனைச் சாலைக்கு வெளியே ஒரு வண்ணத்துப் பூச்சி ஒரு சிறகின்றி தவித்துக் கொண்டிருந்தது. அதை எடுத்து வந்து அதன் மரபணுக் கூறுகளை ஆராய்ந்து அதற்குத் தேவையான அளவு வினை ஊக்கியைச் செலுத்தினான். அதனால் அது இழந்த சிறகு மீண்டும் வளரும் என்று நம்பிக்கைக் கொண்டிருந்தான். இரண்டு நாள்கள் எந்த மாற்றமும் இல்லை. அவனுக்கு நம்பிக்கை போய்விட்டது. தன் வினை ஊக்கி தோல்வி அடைந்துவிட்டது என்று எண்ணிக் கொண்டான். மூன்றாம் நாள் காலையில் சோதனைச் சாலையைத் திறந்தவுடன் அந்த வண்ணத்துப் பூச்சியைப் பார்த்தான். மிகச்சிறிய சிறகு முளைத்திருந்தது. இரு நாள்களில் அது பெரிதாக வளர்ந்துவிட்டது. மேலும் அதன் முந்தைய சிறகு போன்ற நிறத்திலும் அளவிலும் வளர்ந்திருந்தது. அதனைக் கண்ணாடிக் குவளையிலிருந்து வெளியில் எடுத்தான். அது சிறகடித்துப் பறந்து போனது. அவன் கண்டுபிடிப்பு வெற்றி அடைந்ததால் அவன் கண்களில் கண்ணீர் சொரிந்தது. இனி மனிதர்களுக்கும் இதைச் சோதனை செய்து பார்த்து அவர்கள் இழந்த வெளி உறுப்புகளையும் உள் உறுப்புகளையும் வளரச் செய்யலாம் என்ற நம்பிக்கை அவனுக்குள் ஏற்பட்டது. அந்த வண்ணத்துப் பூச்சி அவன் தோள் மீது வந்து அமர்ந்து படபடத்தது. ●

கிரிக்கெட் வீரர்

அன்று அலுவலகம் செல்லும் போது வழியில் ஒரு புதிய கடை திறப்பதைப் பார்த்தாள். உடனடியாக உள்ளே சென்று பார்த்த போது ஆளுயர பொம்மைகளை உருவாக்குவதற்குத் தேவையான சைனா களிமண் போன்ற மெழுகுத் துண்டுகளை விற்கும் கடை அது எனத் தெரிந்தது. அதில் ஏதாவது ஒன்றை வாங்க முடிவு செய்தாள். அவளுக்குப் பிடித்தமான கிரிக்கெட் விளையாட்டு வீரரை உருவாக்கும் தொகுப்பை வாங்கி வந்தாள். அந்த பொம்மை கிரிக்கெட் வீரர் அணியும் உடையோடு இருக்கும் மெழுகுத் துண்டுகளைக் கொண்டிருந்தது. அது அவளுக்கு மிகவும் பிடித்துப் போனது. முதலில் பொம்மை நிற்கும் மேடையை இணைத்து உருவாக்கவேண்டும். அதன் பின்தான் அடுத்தப் பெட்டித் திறக்கும். அதில் இருக்கும் துண்டுகளை இணைத்தால் உடலின் கீழ்ப் பகுதி உருவாகிவிடும். அதன் பின் அடுத்தப் பெட்டித் திறந்தது. அவற்றையும் இணைத்து மேல் பகுதியை உருவாக்கிவிட்டாள். தலைப் பகுதி மட்டும் தனியாக இருந்தது. அவற்றிப் பல துண்டுகள் இருந்தன. அவற்றை இணைத்தால் உண்மையான முகத்திலிருப்பது போன்ற எல்லா அம்சங்களையும் கொண்டு வர அதில் வரைவதற்கான தனிப்பட்ட பென்சில்கள், வண்ணங்கள், தூரிகைகள் எல்லாம் கொடுக்கப்பட்டிருந்தன. அவள் எல்லாவற்றையும் பயன்படுத்தி தனக்கு விருப்பமான அந்தக் கிரிக்கெட் வீரரை அச்சு அசலாக உருவாக்கிவிட்டாள். அந்த பொம்மை முழுமை அடைந்தவுடன் அந்தக் கிரிக்கெட் வீரரே நேரில் வந்துவிட்டது போல் இருந்தது. பெரு மகிழ்ச்சியுடன் அவள் உறங்கிப் போனாள். கனவில் அந்தக் கிரிக்கெட் வீரரைத் திருமணம் புரிந்தாள். அந்தக் கிரிக்கெட் வீரர் பல நாடுகளுக்கும் கிரிக்கெட் விளையாடச் செல்கையில் உடன் சென்றாள். மைதானத்தில் அவளுடைய கணவன் விளையாடுவதைக் கண்டு ரசித்தாள். தொலைக் காட்சிப் புகைப்படக் கருவிகள் அவளை நெருக்கமாகக் காட்டின. அவளுக்கு மகிழ்ச்சியில் மிதப்பது போல் இருந்தது. யாரோ தன்னை எழுப்புவதை உணர்ந்து கண் விழித்தாள். அவள் உருவாக்கிய அந்தக் கிரிக்கெட் வீரர் நாளை மேட்ச் இருக்கிறது. நீயும் கிளம்பு என்று சொன்ன போது அவளால் அது கனவா நனவா என்று புரியாமல் பெருங் குழப்பமாக இருந்தது. ●

புதிர்ப் பாதை

அவன் அன்று ஒரு செய்தித்தாளில் ஒரு விளம்பரத்தைக் கண்டான். அந்த விளம்பரத்தில் ஒரு புதிர்ப் பாதை ஒன்று கண்டுபிடிக்கப்பட்டிருப்பதாகவும் அதில் நுழைந்து திரும்ப வருபவர்களுக்கு அரண்மனை போன்ற வீடு பரிசாகத் தரப்படும் என்றும் கூறப்பட்டிருந்தது. இது புது மாதிரியான ஏமாற்று வேலையாக இருக்கும் என நினைத்து அதை ஒதுக்கிவிட்டான். இருந்தாலும் அங்கே போய்ப் பார்த்தால் என்ன எனத் தோன்றியது. அதில் குறிப்பிடப்பட்டிருந்த முகவரிக்குச் சென்றான். அருமையான அலுவலகமாக அது இருந்தது. அவன் புதிர்ப் பாதையில் போய் வர விருப்பம் தெரிவித்தான். அது வரை நூறு பேர்கள் முயன்றிருக்கிறார்கள் என்றும் அவர்களால் பாதி தூரம்தான் செல்ல முடிந்தது எனவும் அவர்கள் அதில் தோற்றுவிட்டார்கள் எனவும் கூறினார்கள். அவன் அதை முயற்சிப்பதாகக் கூறிவிட்டான். ஒரு குறிப்பிட்ட நாளில் உணவு, தண்ணீர் போன்றவற்றைக் கொடுத்து அனுப்பி வைத்தார்கள். மலை அடிவாரத்தில் இருந்த குகை அது. அதில் நுழைந்தான். அது செல்லும் வகையில் உள்ளே நடந்து போனான். கை விளக்கு இருந்ததால் சிக்கல் இல்லாமல் முன்னேறினான். பாதி தூரத்திற்குப் பின் பாதை மூடிவிட்டது. அங்கேயே நின்று சுவர்களைத் தட்டிப் பார்த்தான். ஒரு சுவரில் ஏதோ வேறுபட்ட ஒலி வந்ததால் அதை மெதுவாக நகர்த்தினான். அது திறந்து கொண்டது. அதில் நுழைந்து வெகு தூரம் நடந்தான். கையில் உணவும் நீரும் இருந்ததால் சமாளித்து நடந்தான். ஓரிடத்தில் அமர்ந்து ஆசுவாசப்படுத்திக் கொண்டான். அப்போது தான் அந்தக் குகை இருளாக இல்லை ஓரளவு வெளிச்சம் வருவதைப் பார்த்தான். வெளிச்சம் வந்தால் ஆங்காங்கே ஓட்டைகள் இருக்க வேண்டும் என நினைத்தான். கூரையை விளக்கொளியில் ஆராய்ந்து பார்த்தான். அந்தக் குகையின் சுவர்களில் சிறு இடைவெளிகள் இருந்தன. அவற்றை கையில் நகர்த்திப் பார்த்தான். அவை பெட்டி போல் திறந்தன. அதில் வைரமும் மாணிக்கமும் மின்னின. அவற்றை எடுத்துக்

கொண்டான். அதன் பிறகு அந்தப் புதிர்ப் பாதை பெரும் ஆர்வமூட்டியது. இப்படியே நடந்து வந்த போது அந்தப் பாதை அப்படியே மேல் நோக்கி ஏறியது. அதிலும் ஆங்காங்கே வைரக் கற்கள் இருந்தன. அவற்றையும் எடுத்துக் கொண்டான். வெகு நேரம் நடந்த பின் அந்தப் பாதை இறுதிகட்டத்தை அடைந்து விட்டதைப் புரிந்துகொண்டான். அப்போது எல்லாப் பக்கமும் மூடிவிட்டது. மெதுவாக நகர்ந்து ஆங்காங்கே இருந்த கற்களை எடுத்து குவியலாகப் போட்டு கூரையை அடைந்து அதை மெதுவாக நகர்த்தினான். அது திறந்துகொண்டது. அதில் வெளியே வந்தால் மலை உச்சியை அடைந்திருந்தான். அங்கிருந்து பார்த்தால் அவனை அனுப்பிவிட்டவர்கள் வெகு தூரத்தில் நின்றிருந்தார்கள். மலை உச்சியில் இருந்த வெள்ளைக் கொடியை எடுத்துக்கொண்டு வேகமாக ஓடி வந்தான். புதிர்ப் பாதையைக் கடந்து வெற்றி பெற்ற முதலும் கடைசியுமான நபர் என்று அவனுக்கே அந்த அரண்மனை போன்ற வீட்டைக் கொடுத்துவிட்டார்கள். ●

பட்டாசு

அவளுக்குப் பட்டாசு வெடிப்பது அறவே பிடிக்காத செயல். ஆனால் அவளுடன் படித்த சக மாணவிகளுக்கு அது மிகவும் பிடித்தது. இத்தனைப் புகையும் சத்தமும் தீயும் அவளை வெறுப்படையச் செய்தன. உடன் படித்த சிறுவர்களும் ஆயிரம் வெடிகளை ஒரே நேரத்தில் வெடிக்கவேண்டும் பத்தாயிரம் வெடிகளை பற்ற வைக்கவேண்டும் என்றெல்லாம் பேசுவதைக் கேட்டால் இவளுக்குப் பெரும் உளைச்சலாக இருக்கும். இந்தப் பட்டாசெல்லாம் வெடிக்காமலேயே இருந்துவிடாதா என்று ஏக்கம் கொண்டிருப்பாள். அப்போதுதான் அவளுக்குக் கணினி துறையும் அதில் பயன்படும் சில்லுகளும் அதன் மூலம் செய்யக்கூடியத் தொழில்நுட்பமும் பாடத்தில் அறிமுகப்படுத்தப்பட்டன. அவள் அதில் அதிக ஆர்வம் கொண்டு வீட்டில் அதைக் குறித்து தொடர்ந்து படித்தும் காணொலிகளைக் கண்டும் பல செய்திகளைச் சேகரித்துக் கொண்டாள். அதில் அவளுக்கு ஒரு புதிய சிந்தனைப் பிறந்தது. அடுத்தத் தீபாவளியின் போது புது விதமான பட்டாசை உருவாக்கினால் என்ன என்று தோன்றியது. பட்டாசு வெடிக்கும். ஆனால் வெடிப்பவருக்கு மட்டுமே ஓசை கேட்கும். மேலும் பட்டாசு வெடிக்கும் ஓசையை வெடிப்பவர் கூடுதலாகவோ குறைவாகவோ வைத்துக் கேட்டுக் கொள்ளலாம். தீ இருக்காது. ஒளி இருக்கும். ஒளியை எல்லோரும் காணமுடியும். தானியங்கி உணரி மூலம் அந்தப் பட்டாசை வெடிக்கச் செய்யலாம். ஒரே பட்டாசைத் திரும்பத் திரும்பத் திரும்ப வெடிக்கலாம். பல வடிவங்களில் அந்தப் பட்டாசுகளைத் தயாரிக்கலாம். ஒரு ட்ரக் போலவும் இருக்கும். சிறு குழந்தைகளுக்கான மிகச்சிறிய நுண்ணிய பட்டாசாகவும் இருக்கும். மேலும் அந்தப் பட்டாசுகளைப் பல ஆண்டுகள் பயன்படுத்திக் கொள்ளலாம். ஒரு முறை வாங்கினால் பல ஆண்டுகள் நீடிக்கும். பாட்டரி மூலம் இயங்கும் இந்தப் பட்டாசுகளில் பாரம்பரிய பட்டாசுகளை விட அதிக ஒளியும் வெடிக்கும் போது அதிக நிறமும் இருக்கும் வகையிலும் இதுவரைக் கண்டிராத புதிய காட்சிகளைத் தரும் வகையிலும் இருக்கும்படி

அவள் வடிவமைத்தாள். இந்தப் பட்டாசுகளைப் பயன்படுத்தி குப்பையாக்கவேண்டாம். அவள் இந்த வகையான பட்டாசுகளை உருவாக்கி உடன் படிக்கும் மாணவர்களிடம் வெடிக்கக் கொடுத்தாள். எல்லோருக்கும் பெரும் குதூகலம் ஏற்பட்டது. அதன் விற்பனை உரிமையைப் பலருக்கும் கொடுத்தாள். அதன் மூலம் பாரம்பரிய பட்டாசு செய்பவர்கள் இந்தப் பட்டாசுகளைச் செய்யக்கூடிய வகையில் அந்தத் தொழிலை விரிவுபடுத்தினாள். மிக இளவயது தொழிலதிபரானாள். புகை இல்லாத, தீ இல்லாத, குப்பை இல்லாத, ஓசை இல்லாத புதுவித மின்னணு பட்டாசுகள் மட்டுமே வெடிக்கவேண்டும் என உலக அரசுகள் ஆணையிட்டன. அந்தப் பட்டாசுகளில் ஏதாவது கோளாறு ஏற்பட்டால் அதைச் சரி செய்யும் தொழில்நுட்பத்தையும் அதனுடன் இணைத்தே அவள் உருவாக்கினாள். அதன் உதிரி பாகத் தொழிலும் வளமாக வளர்ந்தது. ஒரு சிறுமிக்குத் தோன்றிய அந்தச் சிந்தனை உலகம் முழுக்கப் பரவி அமைதியான தீபாவளியைக் கொண்டாடுவதற்குக் காரணமாக அமைந்துவிட்டது. ●

இளவரசி

அண்டை நாட்டு இளவரசனைப் பார்த்தவுடன் இளவரசிக்கும் இளவரசனுக்கும் பெரும் பிணைப்பு உருவாகிவிடுகிறது. இனி எப்போதும் பிரியக்கூடாது என இருவரும் நினைக்கிறார்கள். அப்போது அவன் நாட்டின் அருகிலிருந்த ஒரு தீவை ஆண்டு கொண்டிருந்த ஓர் அரசன் அவன் நாட்டுடன் போர்த் தொடுக்கிறான். இளவரசன் கடற்படைக்குத் தலைமைத் தாங்கி போரிடச் சென்றிடுவிடுகிறான். அவன் போருக்குப் போன பின் கடலை நோக்கியிருந்த விளக்குத் தூணில் போய் இளவரசி அடைக்கலமாகிறாள். எப்படியும் ஒரு நாள் போர் முடிந்து அவன் கடலில் பயணித்து அவளைக் காண வந்துவிடுவான் என எண்ணிக் காத்திருக்கிறாள். நாள்கள் பல ஆண்டுகள் ஆகிவிடுகின்றன. இளவரசன் வரவே இல்லை. அவன் நிலையை எப்படி அறிவது எனப் புரியாமல் அவள் மிகவும் துயருற்று காத்திருக்கிறாள். தொடக்கத்தில் அவனும் அவளும் புறாக்களின் மூலம் தங்களைப் பற்றிய செய்திகளைப் பரிமாறிக் கொண்டனர். அது படிப்படியாகக் குறைந்து முற்றிலும் நின்று போனது. பொறுத்துப் பார்த்த இளவரசி அவனுடைய நாட்டுக்குச் சென்று இளவரசனைக் குறித்து விசாரித்து வர ஒரு நம்பிக்கைக்குரிய வீரனை அங்கே அனுப்புகிறாள். அந்த வீரனுக்கு அவள் மீது பெரும் ஈடுபாடு. அவளுக்காக எதையும் செய்யத் துணிந்தவன். இளவரசனின் நாட்டுக்குச் சென்று விசாரித்துப் பார்த்ததில் இளவரசன் போர் முடிந்து திரும்பும் போது யாரோ ஒரு மந்திரவாதி அவனை அடைத்து வைத்திருப்பதாக ஒரு தகவலை அறிகிறான். அந்த மந்தரவாதியைத் தேடிப் போய்ப் பார்க்கிறான். மந்திரவாதியிடம் இளவரசியின் துயருற்ற நிலையைப் பற்றிச் சொல்லி இளவரசனை விடச் சொல்லிக் கேட்கிறான். இளவரசனுக்குப் பதிலாக வேறு ஒருவர் அவனுடைய இடத்தில் வந்து இருந்துகொண்டால் இளவரசனை விடுவிப்பதாக மந்திரவாதி சொல்கிறான். இதைக் கேட்ட வீரன் இளவரசன் இல்லாமல் இளவரசி உயிரை விட்டு விடுவாள். அவளைத் தான் காதலிப்பதாகச் சொன்னால்

ஏற்கமாட்டாள். அவளைத் தான் காதலிப்பதற்குப் பரிசாக தன்னை இளவரசனின் இடத்தில் சிறைபட்டு இருந்து கொண்டு இளவரசனை விடுவித்தால் இளவரசி அடையும் மகிழ்ச்சிக்கு அளவே இருக்காது என யோசித்தான். அது மட்டும் அல்லாமல் இளவரசிக்கு இளவரசன் கிடைத்த பின் அவர்கள் இருவரும் மகிழ்ச்சியாக இருப்பதைப் பார்த்தால் தனக்குத் துயரம் ஏற்படும் என்றும் நினைத்தான். அதனால் மந்திரவாதியிடம் தன்னை அடைத்து வைத்துக் கொண்டு இளவரசனை விட்டுவிடச் சொல்கிறான். மந்திரவாதியும் இவனை அடைத்து வைத்துவிட்டு இளவரசனை விடுவிக்கிறான். ●

ஒலிப்பதிவு

அவள் அப்போது ஒரு நூலைப் படித்துக் கொண்டிருந்தாள். அந்த நேரத்தில் வீட்டில் எங்கிருந்தோ யாரோ பேசுவது போல் அவளுக்குக் கேட்டது. அதை உன்னிப்பாகக் கவனித்தாள். நீ எதற்காக வாழ வேண்டும். இங்கிருந்து போய்விடு இல்லை எனில் உன்னைப் போக வைக்க வேண்டியிருக்கும் என்றது அந்த ஆண் குரல். தன் கணவனின் குரல் போலவே இருப்பதைக் கேட்டு உள்ளுக்குள் அவளுக்குக் கலவரமாக இருந்தது. இது யார் பேசியது, ஏன் அவள் காதில் அது வந்து விழுந்தது என்று அதே யோசனையாக இருந்தாள். இருந்தாலும் அண்டை வீட்டில் யாராவது தொலைக்காட்சித் தொடர்களைப் பார்த்துக் கொண்டு இருக்கும் போது வந்த ஒலியாக அது இருக்கலாம் என சமாதானப்படுத்திக் கொண்டாள். கணவன் அலுவலகத்திலிருந்து வந்த பிறகு அதைச் சொன்னாள். அவன் அமைதியாகக் கேட்டுவிட்டுப் போய்விட்டான். வேறு எதுவுமே சொல்லவில்லை. அவளுக்கு அது பெரும் சங்கடமாக இருந்தது. அதைப் பொருட்படுத்தாமல் மற்ற வேலைகளில் ஈடுபட்டாள். அடுத்த நாள் கணவன் வேலைக்குச் சென்ற பின் மீண்டும் அந்த நூலை எடுத்து வைத்துக் கொண்டு வாசிக்கத் தொடங்கினாள். சிறிது நேரத்தில் அந்தக் குரல் கேட்டது. ஒரு முறை சொன்னால் உனக்குப் புரியாதா, உன்னை எனக்குப் பிடிக்கவில்லை, நீ உடனடியாக இங்கிருந்து போய்விடு, முடியாவிட்டால் செத்துப் போ என்று கோபமாக அந்தக் குரல் பேசியது. அதைக் கேட்டு இவளுக்குக் கண்ணீர் வந்துவிட்டது. தன் கணவன்தான் அதைப் பேசுகிறான் என்றே அவள் நம்பினாள். அந்தச் சத்தம் எங்கிருந்து வந்தது என வீடெல்லாம் தேடிப் பார்த்தாள். எங்கும் எதுவும் இல்லை. பின் எங்கிருந்து அந்தக் குரல் கேட்டது என்று சற்று நிதானமாக யோசித்துப் பார்த்தாள். கூரையிலிருந்து அது ஒலித்தது போல் இருந்தது என உணர்ந்தாள். ஒரு குச்சியை எடுத்து வந்து பீரோ மீது ஏதாவது இருக்கிறதா என்று தேடிப் பார்த்தாள். குச்சியை வைத்து தள்ளிய போது ஏதோ ஒரு சிறிய பெட்டி

மேலிருந்து கீழே விழுந்தது. அது ஒலிப்பதிவு செய்யும் சிறிய கருவி போல் தெரிந்தது. அதை இயக்கிப் பார்த்தாள். அதில் அவள் கணவன்தான் பேசிப் பதிவு செய்து வைத்திருக்கிறான் என்று புரிந்தது. அதைக் குறிப்பிட்ட நேரத்தில் ஒலிக்கச் செய்யும் வசதி இருந்தது. அவள் ஓய்வு நேரத்தில் நூல்களை வாசிப்பாள் என்பது அவனுக்குத் தெரியும். அதை அவள் கேட்க வேண்டும் என்றே அவன் பதிவு செய்து வைத்திருக்கிறான் எனப் புரிந்துகொண்டாள். அவனை விட்டுப் பிரிந்து செல்லுமாறு நேரடியாகச் சொல்வதற்குத் துணிவில்லாமல் இப்படிச் செய்திருக்கிறான் எனப் புரிந்து கொண்டாள். உடனடியாக வீட்டை விட்டு வெளியேறினாள். ●

மழை

அவனுக்கு மழை என்றால் மிகவும் பிடிக்கும். சிறு வயதிலிருந்தே பள்ளிக்குச் செல்லும் போது மழை வந்தால் நனைந்து கொண்டே வருவான். மழையில் விளையாடிக் கொண்டே இருப்பான். மழை நாள்களில் அவன் அனுபவிக்கும் சுகம் போன்ற ஒன்றை எப்போதும் எங்கும் எதிலும் அவன் அனுபவித்ததே இல்லை. வெயில் காலங்களில் பெரும் சோர்வும் உற்சாகமின்றியும் காணப்படுவான். அவனுக்கு வெயில் காலம் ஏதோ ஒரு சுமை போல் இருக்கும். வெயில் காலங்களிலும் மழையை உருவாக்கிப் பொழிவித்துக் கொண்டால் எவ்வளவு சுகமாக இருக்கும் என்று எண்ணிப் பார்ப்பான். பெரியவனான பிறகும் மழை மீதான ஈடுபாடு அவனுக்குக் குறையவே இல்லை. ஒரு நாள் பெருமழைப் பொழிந்து கொண்டிருந்த போது ஒரு பெண் தன் வீட்டு மொட்டை மாடியில் மழையில் நனைந்து விளையாடிக் கொண்டிருப்பதைக் கண்டான். அவளை அவனுக்கு மிகவும் பிடித்துவிட்டது. அவளிடம் பேசவேண்டும் எனப் பெரிதும் ஆர்வம் கொண்டான். அவள் தன் தோழியுடன் கல்லூரிக்குத் தினமும் செல்கிறாள் என்று தெரிந்துகொண்டான். அவள் நிற்கும் பேருந்து நிறுத்தத்தில் வந்து காத்திருப்பான். அவளுக்கும் இவனுடைய எண்ணம் புரிந்துவிட்டது. ஆனால் அவள் இவன் பேச இடம் கொடுக்காமல் இருந்தாள். ஒரு நாள் தன் தோழியிடம் சொல்வது போல இவன் காதில் விழும்படியாக, எப்போது நினைத்தாலும் மழை பெய்வது போல் ஏதாவது ஒரு தொழில் நுட்பத்தைக் கண்டுபிடிப்பவனைத்தான் திருமணம் செய்து கொள்ளவிருப்பதாகச் சொன்னாள். இவனுக்குத்தான் அதைச் சொல்லியிருக்கிறாள் எனப் புரிந்துகொண்டான். உடனடியாகச் செயற்கை மழை உருவாக்குவதைப் பற்றிய தகவல்களைத் தேடிப் பார்த்தான். கருமையான மேகங்கள் மீது வேதிப் பொருள்களைத் தெளித்து செயற்கை மழை உருவாக்கியிருப்பது பற்றிய தகவல்கள் கிடைத்தன. ஆனால் அது நினைத்த போதெல்லாம் மழை

பொழிவிக்க உதவாது எனப் புரிந்துகொண்டான். அதற்காகப் பல நூல்களைப் படித்து காணொலிகளைக் கண்டு ஒரு தொழில் நுட்பத்தைக் கண்டுபிடித்தான். கடலில் ஓர் எந்திரத்தை ஓட்டி விரைவாக நீரை ஆவியாக்குவது. குட்டி விமானங்கள் பலவற்றைப் பறக்கவிட்டு அவற்றில் சூடான காற்றை ஊதச் செய்து மேகங்களைத் திரட்டுவது. சூடான மேகங்களில் ஆவியான நீர் பட்டவுடன் மழை பொழியச் செய்வது என்ற அந்தத் தொழில் நுட்பத்தைக் கண்டுபிடித்தான். அதைச் சோதித்துப் பார்த்தான். மழை பொழிந்தது. உடனடியாக அவளைக் காணச் சென்றான். அவளைத் தனக்குப் பிடித்திருப்பதாகவும் தன்னை மணம் செய்து கொள்ளும் படியும் கேட்டான். அப்போது அவன் உருவாக்கிய மழை பொழிந்தது. அவள் இசைந்தாள். ●

நான் எனும் உயிரி

நான் ஒரே ஒரு செல்லாக இருந்த போது பல்வேறு அணுக்களில் புகுந்து வர முடிந்தது. அப்போது ஓர் அணுவில் நுழைந்த போது அதிலிருந்து வெளியே வர முடியவில்லை. அந்த அணுவையும் என்னைப் போல் மாற்றிவிட்டேன். நாங்கள் இரட்டைகளாக வலம் வந்தோம். எங்களின் உணவைக் கொண்டிருக்கும் அணுவுடன் இணைந்து கொள்வோம். அதைச் செரித்து காணாமல் ஆக்கிவிடுவோம். ஒரு முறை மற்றொர் அணு வந்து எங்களுடன் இணைந்து கொண்டது. அது கழன்று செல்ல மறுத்தது. அதனை நாங்கள் எங்கள் பணிகளைச் செய்யப் பயன்படுத்திக் கொண்டோம். அது எங்களை விட நீண்டு வளர்ந்தது. தரையில் ஊர்ந்தது. நீரில் நீந்தியது. இந்த விளையாட்டுகள் எங்களுக்கும் பிடித்தன. மற்றொரு சந்தர்ப்பத்தில் அதனைப் போலவே இருக்கும் அணுவைத் தன்னுடன் அது இணைத்துக் கொண்டது. இப்போது எங்களுக்கு இரண்டு பணியாளர்கள் கிடைத்ததைப் போல் இருந்தது. அவை இரண்டும் எங்களைத் தூக்கிச் சுமந்தன. மலைகளில் ஏறின. மரங்களிலும் ஏறின. எங்களுக்குக் குதூகலமாக இருந்தது. இந்த நேரத்தில் மற்றொர் அணுவை எங்களுடன் இணைத்தன. அதுவும் பல வேலைகளைச் செய்தது. நீண்டு வளர்ந்தது. அப்படியே மற்றொர் அணுவையும் அதனுடன் இணைத்துக் கொண்டது. நாங்கள் இருவர். இவர்கள் நான்கு பேர் ஆகிவிட்டார்களே என்ற கவலை எங்களுக்கு வந்தது. எப்படியாவது எங்களைப் போன்ற அணுவை எங்களுடன் இணைக்க முடிவு செய்தோம். அப்படி முடியாமல் போனால் எங்களுடைய இணைகளை உருவாக்குவோம் என்று முடிவு செய்தோம். எங்கே தேடியும் எங்களைப் போன்ற அணுக்கள் கிடைக்காததால் எங்களைப் போன்ற அணுக்களை நாங்களே உருவாக்கிவிட்டோம். எங்களுக்குக் கீழ் அடுக்கில் நாங்கள் உருவாக்கிய இணைகள் இருந்தன. அவற்றிற்குக் கீழ் அவற்றின் இணைகள். இப்படியே பெருகி அந்த நான்கு பேரை

வழி நடத்தும் அளவுக்கு வளர்ந்தோம். நாங்கள் சொல்வதை மற்ற எல்லா அணுக்களும் கேட்க வேண்டும் என்ற விதிகளை உருவாக்கினோம். நாங்கள் ஒன்றாக இருந்தாலும் எங்களைப் போன்ற கூட்டுத் தொகுப்பான அணுத்திரள்களை எங்கும் காணவில்லை. இது எங்களுக்கு அச்சத்தைக் கொடுத்தது. எங்கள் தொகுப்பைப் போல் மற்றொரு தொகுப்பை உருவாக்கினோம். அவையும் பல்கிப் பெருகின. இப்போது எங்களின் தொகை கணிசமாக உயர்ந்துவிட்டது. ஆனாலும் நான் மட்டும் தனியாக இருக்கும் நிலைக்குத் திரும்பிப் போகவே முடியவில்லை. அப்போதிருந்த சுதந்திரம் இப்போது இல்லை. மீண்டும் முன்பு இருந்தது போன்று ஒரே ஓர் அணுவாக நான் ஆகிவிட்டால் இப்போதிருக்கும் அமைப்போ, பொறுப்போ இருக்காது. இந்தத் தொகுப்பில் இருக்கும் வரை பார்க்கலாம், பேசலாம், ஆடலாம், பாடலாம் எது வேண்டுமானாலும் செய்யலாம். ஆனால் இதில் ஒவ்வொரு தொகுப்புடனும் போட்டி போட வேண்டியிருக்கிறது. போராட வேண்டியிருக்கிறது. இனி அது தேவை இல்லை என்று எனக்குத் தோன்றியது. அந்தத் தொகுப்பிலிருந்து என்னை நான் விடுவித்துக் கொண்டேன். ●

சிறுவன்

அந்தச் சிறுவன் ஒரு நாள் காலையில் எழுந்ததும் வேறு ஏதோ ஒரு மொழியில் பேசத் தொடங்கினான். அவன் பேசியதை எழுதச் சொன்னால் உலகத்தில் இதுவரை அறிந்திராத குறியீடுகளைக் கொண்டு எழுதிக் காட்டினான். மருத்துவர்களிடம் பெற்றோர் அவனை அழைத்துச் சென்றனர். அவன் பேசும் மொழி வேற்றுக்கிரகவாசிகளுடையது என்றும் அவர்களுக்குச் செய்தி அனுப்பினால் அவர்கள் பதிலளிப்பார்கள் என்றும் அந்தச் சிறுவன் கூறினான். அறிவியலாளர்கள் அவன் சொன்ன ஒரு வாசகத்தை ஒரு தொலை நோக்கி மூலம் விண்வெளியில் அனுப்பினார்கள். உடனடியாக அவர்களுக்கு ஒரு பதில் வந்தது. எங்களை எதற்காக அழைத்தீர்கள் என்று அவர்கள் அதில் கேட்டிருப்பதாக அந்தச் சிறுவன் சொன்னான். அவர்களைப் பற்றி அறிந்து கொள்ள விருப்பம் என்பதால் அழைத்ததாக அதற்குப் பதில் அனுப்பப்பட்டது. அதற்கு அவர்கள் ஒரு விளக்கத்தைக் கொடுத்தார்கள். நீங்கள் இருக்கும் கிரகத்தின் சூரியன் இன்னும் ஆயிரம் ஆண்டுகள் மட்டுமே ஒளி வீசும் அதன் பிறகு மங்கிவிடும். அதனால் நீங்கள் வேறு கிரகத்திற்குச் சென்றுவிடுங்கள் என்று விளக்கமாகக் கூறியிருந்தார்கள். அதற்கு உதவ முடியுமா என்று அந்தச் சிறுவன் மூலம் ஒரு கேள்வி அனுப்பப்பட்டது. அதற்கு அவர்கள் உதவ முடியும் ஆனால் அதற்கு உங்கள் கிரகத்தின் சூரியனிலிருந்து ஆற்றலை ஈர்த்துக் கொள்ள ஒப்புக்கொள்ள வேண்டும் என்று பதில் வந்தது. இவர்கள் ஒப்புக்கொள்வதாகவும் இங்கு மக்கள் தொகை அதிகமாக இருப்பதால் எப்படி இவர்களை வேறு ஒரு கிரகத்திற்கு அழைத்துச் செல்வது என்று கேட்டும் செய்தி அனுப்பினார்கள். அதற்குப் பெரிய விண்கலன்களைக் கட்ட உதவுவதாகவும் ஆனால் இப்போது அவர்களுடன் பேசிக் கொண்டிருக்கும் அந்தச் சிறுவனை மட்டும் அவர்களிடம் ஒப்படைத்துவிட வேண்டும் என்றும் பதில் வந்தது. இதை அறிந்த

அவனுடைய பெற்றோர்கள் அதை ஏற்க மறுத்து அந்தச் சிறுவனைத் தங்களுடன் அழைத்துச் செல்வதாகச் சொன்னார்கள். ஆனால் அந்தச் சிறுவனோ அந்தக் கிரகவாசிகளை வேறு ஒரு கிரகத்தில் குடியமர்த்தவும் அதற்குத் தேவையான விண்கலன்களைக் கட்டவும் உதவும் படியும் அதற்கு ஈடாகத் தன்னை அங்கிருந்து அழைத்துச் செல்லலாம் எனவும் யாரும் அறியாதபடி செய்தி அனுப்பிவிட்டான். அதை அவர்கள் ஏற்றுக் கொண்டார்கள். மகனை அழைத்து வந்து வீட்டில் இருக்கும்படியும் வெளியில் போகக்கூடாது என்று சொல்லியும் பெற்றோர்கள் வைத்து விட்டார்கள். ஒரே நேரத்தில் பல விண்கலன்களைக் கொண்டு வந்து வேற்றுக்கிரகவாசிகள் அந்தக் கிரகத்தில் இறக்கினார்கள். அதில் ஒன்று அந்தச் சிறுவன் இருந்த வீட்டின் கூரையிலும் இறங்கியது. இரவு எல்லோரும் உறங்கும் போது வீட்டுக் கூரையில் வந்திறங்கிய வேற்றுக்கிரகவாசிகளின் வாகனத்தில் ஏறி அவன் புறப்பட்டான். ●

பாதுகாப்பு

பிணவறையின் முன்னறை அலுவலகத்தில் அவனுக்கு வேலை கிடைத்தது. பல உடல்கள் பெட்டிகளில் வைத்து மூடப்பட்ட அறையின் முன்னுள்ள அறையில் கணினியில் அந்த உடல்கள் குறித்த தகவல்களைப் பதிவுசெய்யும் வேலை அவனுடையதாக இருந்தது. எத்தனை உடல்கள் வந்தன, அவற்றில் அடையாளம் தெரிந்தவை எவை, தெரியாதவை எவை, அடையாளம் தெரிந்த உடல்களின் உறவினர்கள், அவர்களுடைய முகவரிகள் இப்படிப் பட்ட தகவல்களை அவன் பதிவு செய்யவேண்டும். பெரும்பாலும் அவனுக்கு இரவுப் பணிதான் அமைந்தது. இரவில் யாருமற்ற அந்த அறையில் உயிரற்ற உடல்களுடன் வாழ்வது போலவே அவனுக்கு இருந்தது. அவை உயிரற்றிருந்தாலும் அவனால் அவற்றின் இருப்பை உணர முடிந்தது. ஒவ்வொரு உடல் குறித்தும் தகவல் பதிவு செய்யும் போதும் அவர்களைப் பற்றிக் கற்பனை செய்தான். அந்த அறையில் இருந்த உடல்கள் இரவில் எழுந்து வந்து அவனை அச்சுறுத்தி ஏதாவது தீங்கிழைத்துவிடும் என்றே நினைத்திருந்தான். அதனால் அந்த வேலையே அவனுக்குப் பிடிக்கவில்லை. வேறு வழியில்லாமல் அதைச் செய்துகொண்டிருந் தான். ஒரு நாள் இரவு அந்தப் பிணவறையிலிருந்து ஏதோ ஓர் ஒலி வந்துகொண்டிருந்தது. ஒரு பெட்டியை யாரோ உடைப்பது போல் அந்த ஒலி இருந்தது. இப்போது அந்த அறையைத் திறந்து பார்ப்பதைத் தவிர தனக்கு வேறு வழியில்லை என முடிவு செய்தான். சாவியை எடுத்துத் திறந்தான். உள்ளே நிசப்தமாகவும் அதிகக் குளிராகவும் இருந்தது. மீண்டும் அந்த ஒலி கேட்டது. ஒரு பெட்டியிலிருந்து அந்த ஒலி வருவது புரிந்தது. மெதுவாக அதைத் திறந்தான். அதில் இருந்தவன்தான் பெட்டியைத் தட்டிக் கொண்டிருந்தான். எதற்காகப் பெட்டியைத் தட்டி ஒலி எழுப்பி னாய் என்று இவன் கேட்டான். அவனைப் பெட்டியிலிருந்து எழுந்து வர உதவினான். அவனை அழைத்து வந்து முன்னறையில்

தன் கணினிக்கு அருகில் அமர வைத்தான். அவனைப் பற்றிய விவரங்களைக் கேட்டு அவன் தொடர்பான ஆவணங்களை எடுத்துப் பார்த்தான். அன்றுதான் ஒரு விபத்தில் அவன் உயிரிழந்த தாகவும், அவனை யாரும் தேடாததால் இங்குக் கொண்டுவரப் பட்டிருந்தான் என்பதும் தெரியவந்தது. அவனிடம் பேசிப் பார்த்தான். பெட்டியிலிருந்து எழுந்து வந்தவனுக்கு எதுவும் நினைவில் இல்லை. அமைதியாக இருந்த அவன் சிறிது நேரத்தில் அழத் தொடங்கினான். எனக்கு யாரும் இல்லை எனச் சொல்லி அழுதான். அவனைத் தேற்றுவதற்காகத் தன்னை உறவாக எண்ணிக் கொள்ளும்படிச் சொன்னான். அவனுடன் பேசிக் கொண்டிருந்து அதிகாலை ஆகிவிட்டது. அவனுக்குப் பயமாக இருந்ததால் எழுந்துவந்ததாகவும், மீண்டும் அந்தப் பெட்டியில் படுத்துக் கொள்ளவிடுமாறும் அவன் சொன்னான். அறையைத் திறந்துவிட்ட போது அவன் போய் பெட்டியில் படுத்துக்கொண்டான். மீண்டும் அவனை எழுப்பியபோது அவன் உயிருடன் இல்லை என்பதுபோல் இவனுக்குப் புரிந்தது. ●

துப்பறிதல்

அவனும் அவளும் அலைபேசியில் வந்த தவறான இணைப்பின் மூலம் பழக்கமானவர்கள். அலைபேசி வழியாகப் பேசி நட்பை வளர்த்தனர். அவன் உளவுத் துறையில் வேலைப் பார்த்து வந்தான். அவளை நேரடியாகச் சந்திக்க முடியாமல் பணிச் சுமை அதிகம் இருந்தது. இதில் ஒரு தீவிரவாத கும்பலைச் சுற்றி வளைக்கவேண்டிய பொறுப்பு அவனிடம் கொடுக்கப்பட்டது. அதற்காக அவளுடைய ஊருக்கு அவனை இடமாற்றம் செய்திருந்தார்கள். அந்த ஊருக்கு வந்திருப்பதை அவன் யாருக்கும் சொல்லக் கூடாது என்பது பணியின் விதி. அவன் யாருடனும் பேசாமல் இருந்துவிட்டான். பணியின் காரணமாக இனி சில நாள்கள் தான் பேசப் போவதில்லை என அவளிடமும் கூறிவிட்டான். அவன் அடையாளத்தை யாரும் தெரிந்துகொள்ளக் கூடாது என்பதற்காக அவன் ஓர் அடுக்ககத்தில் தங்க ஏற்பாடு செய்யப்பட்டிருந்தது. அவன் வீட்டருகில் இருக்கும் யாருடனும் அவன் பேசக் கூடாது என்பது அவனுக்கு இடப்பட்ட உத்தரவு. அவன் காலையில் வீட்டை விட்டுக் கிளம்பி இரவு வந்தான். அருகில் இருப்பவர்கள் பற்றிய தகவலை ஒரு வாரம் அவன் சேகரிக்கவில்லை. மேலும் அவன் தோற்றத்தை மாற்றிக் கொள்ளவும் உத்தரவிடப்பட்டிருந்தது. அவன் இதுவரை எடுத்த புகைப்படங்களில் இல்லாத வகையில் தோற்றத்தை மாற்றிக் கொண்டிருந்தான். அவன் இருந்த வீட்டருகில் யாரெல்லாம் இருக்கிறார்கள் என்பதை ஒரு நாள் தெரிந்து கொண்டான். அவனுடன் அலைபேசியில் பேசும் பெண்ணின் பெயரில் ஒரு பெண் அங்கு இருந்தாள். அவளுடைய முகவரி அவனுக்குச் சரியாக நினைவில் இல்லை. மற்றொரு வீட்டில் நான்கு நண்பர்கள் இருப்பதாகத் தெரிந்தது. இன்னொரு வீட்டில் இரண்டு முதிய தம்பதிகள் இருந்தார்கள். மற்றபடி அந்த அடுக்ககத்தில் இருக்கும் பிறரின் குறிப்புகளைப் பார்த்தான். சந்தேகப்படும்படி வேறு யாரும் இருப்பது போல் அவனுக்குப்பட வில்லை. இத்தனை பெரிய ஊரில் அந்தத் தீவிரவாத கும்பலை எப்படிக் கண்டுபிடிப்பது என்று அவனுக்கு மலைப்பாக இருந்தது. அந்த அடுக்ககத்தில் உள்ள புகைப்படக் கருவியில் பதிவான

காணொலிகளைப் பார்த்தான். அவளைப் போலவே ஒரு பெண் இருப்பதைக் கண்டான். ஆனால் அவள்தானா என்பதை அவனால் உறுதிப்படுத்த முடியவில்லை. அவள் இருக்கும் வீடு வேறோருவரின் பெயரில் இருந்தது. அதிகமாக யார் பற்றியும் விசாரிக்கக் கூடாது என அமைதியாக இருந்தான். அந்தக் காணொலியில் அந்தப் பெண் அந்த நான்கு நண்பர்கள் இருக்கும் வீட்டுக்குச் சென்று வெளியில் நின்றுகொண்டே உணவு கொடுப்பதையும், பின் தன் வீட்டுக்குச் சென்றுவிடுவதையும் கண்டான். அந்தப் பெண் யார் என்று தெரிந்துகொள்ள வேண்டும் என்ற ஆவல் அவனுள் அதிகரித்தது. தன் பணிக்கு இந்த ஆவல் ஆகாது என்று தெரிந்தும், அதை அவனால் அடக்கிக் கொள்ள முடியவில்லை. ஒரு நாள் அடுக்ககத்திற்கு வெளியே காத்திருந்தான். அவள் ஹெல்மெட் அணிந்து இரு சக்கர வாகனத்தில் புறப் பட்டாள். அவளைப் பின்தொடர்ந்தான். அவள் அறியாமல் அவளைப் பின்தொடர்ந்து சென்றான். அவள் ஒரு வளைவில் சட்டென்று திரும்பி மறைந்துவிட்டாள். அவன் அந்தத் தெருவைச் சுற்றிப் பார்த்தான். அவள் வந்த வாகனம் தெருவின் ஓரத்தில் நிறுத்தப்பட்டிருந்தது. அவள் அந்தத் தெருவில் ஏதோ ஓர் இடத்திற்கு வந்திருப்பது புரிந்து அந்த வாகனம் அருகே வந்து நின்றுகொண்டான். வெகுநேரம் அவள் வரவில்லை. பிறகு அவள் தூரத்தில் வேகமாக வருவதைப் பார்த்து சிறிது தொலைவில் சென்று நின்றுகொண்டான். அவள் வாகனத்திற்கு வந்தவுடன் யாரோ அவளை அலைபேசியில் தொடர்புகொண்டார்கள். அவள் பேசுவதை உன்னிப்பாகக் கேட்டான். அவள் தன் தோழியிடம் பேசிக் கொண்டிருந்தாள். தன் வீட்டருகில் இருக்கும் நான்கு நண்பர்கள் தீவிரவாதிகள் என்று தான் தெரிந்துகொண்டதாகவும், அதை அவர்கள் புரிந்துகொண்டதால் தன் வீட்டுக்குச் செல்ல முடியாது எனவும் அவள் வீட்டுக்கு வர அனுமதிக்குமாறும் கூறிவிட்டு வண்டியை எடுத்துக்கொண்டு கிளம்பினாள். அவன் நேராக அடுக்ககம் வந்தான். அந்த நான்கு பேரையும் கைது செய்தான். உடனடியாக ஊருக்குச் சென்று வழக்கம்போல் அவளுடன் பேசத் தொடங்கினான். ●

பாட்டி சொல்லாத பத்துக் கதைகள்

பாட்டி தன் சிறுவயதில் வேற்றுக்கிரகவாசிகள் குறித்து பல கதைகளைக் கேட்டிருந்தாலும் இதுவரை யாரிடமும் அவற்றைச் சொன்னதில்லை. அவளுடைய பாட்டி அவளிடம் அந்தக் கதைகளைக் கூறி அவற்றை யாரிடமும் சொல்லக் கூடாது என்று சொல்லிவிட்டிருந்தாள். பாட்டி அவ்வப்போது அவற்றை நினைத்து மட்டும் பார்த்துக் கொள்வாள்.

1

அந்த நாட்டின் இளவரசி ஒரு நாள் மலைமீது ஏறி விளையாடிக் கொண்டிருந்தபோது மலை உச்சியில் ஒருவனைச் சந்தித்தாள். அவனைப் பார்த்தவுடன் மயங்கிவிட்டாள். அவனும் அவளைக் கண்டு பின்தொடர்ந்து வந்தான். இருவரும் தினம் சந்தித்துப் பழகினார்கள். அவள் திருமணம் செய்துகொள்ள வற்புறுத்தினாள். அவன் தயங்கினான். அவள் காரணத்தைச் சொல்ல வலியுறுத்திய போதுதான் அவன் பல உண்மைகளைச் சொன்னான். அவன் ஒரு வேற்றுக்கிரகவாசி. அவளுடைய கிரகத்தைப் பற்றித் தகவல் சேகரிக்க வந்திருப்பவன். அவளை அவன் திருமணம் புரிந்தாலும் தன் கிரகத்திற்கு அவளை அழைத்துச் செல்லமுடியாது என்றான். இன்னும் சில நாள்கள் மட்டுமே அவளுடைய கிரகத்தில் அவனால் இருக்க முடியும் எனவும் கூறினான். அவளைப் பிரிந்து செல்வது அவனுக்கு வருத்தம் தரவில்லையா என்று கேட்டாள். தன் இனத்தில் அதுபோன்ற உணர்வுகள் இல்லை எனவும், அவளைப் பார்க்கவேண்டும் என்று தோன்றினால் அவன் கிரகத்திலிருந்து அவளைப் பார்த்துக்கொள்ள முடியும் எனவும் சொன்னான். அவளால் அவன் சொன்ன இந்த அதிர்ச்சித் தகவல்களைத் தாங்க முடியவில்லை. அவன் புறப்படும் இறுதி நாள் அவளிடம் சொல்லிவிட்டுச் சென்றான். அவன் கிளம்பியவுடன் அவனைச் சந்தித்த மலை உச்சியிலிருந்து கீழே குதித்து அவள் தற்கொலைக்கு முயன்றாள்.

பாட்டிக்கு மெய் சிலிர்த்தது. அதன் பிறகு நடந்ததை எண்ணிப் பார்த்தாள். ●

2

அவள் குதித்தது ஒரு நீர் நிலை. அதன் கரையில் அமர்ந்திருந்த நீர் தேவதை அவளைக் கையில் ஏந்தி தன் இருப்பிடத்திற்கு அழைத்துச் சென்றது. ஒரு செடியின் வேரை அவள்மீது தடவி யதும் அவளும் நீர் தேவதையானாள். நீர் நிலையின் அடிப்பகுதியில் பல தேவதைகள் இருந்தனர். இவள் தேவதையல்ல என்பதைப் புரிந்துகொண்டு மற்ற சில தேவதைகள் அவளை ஏற்க மறுத்தன. இவளை அழைத்துச் சென்ற நீர் தேவதை தன் தலைமையிடம் இவள் தற்கொலைக்கு முயன்றதால்தான் இவளைத் தேவதையாக மாற்றி அழைத்து வந்ததாகச் சொன்னது. இவளை என்ன செய்வ தாக உத்தேசம் எனத் தலைமை கேட்டபோது, திருமணம் புரியப் போவதாக அது கூறியது. இதைக் கேட்ட இவளுக்குத் தூக்கிவாரிப் போட்டது. இந்தத் தேவதைகளிடமிருந்து எப்படித் தப்பிப்பது என யோசித்தாள். வேற்றுக்கிரகத்திலிருந்து வந்த அவன் தன்னை விட்டுச் சென்றதால் இப்படி மாட்டிக் கொண்டோமே என நொந்து போனாள். ஆனால் அங்கிருந்து தப்பிக்க வேண்டும் என முடிவு செய்தாள். அதற்கு முன் எப்படி மீண்டும் பெண்ணாவது என்பதை அறிந்து கொள்ளவேண்டும் என நினைத்தாள். அந்தத் தேவதையிடம் பேசி ஒரு வேரை மேலே தடவினால் மீண்டும் பெண்ணாகலாம் எனத் தெரிந்துகொண்டாள். ஒரு நாள் அந்த வேரைத் தேடிப் புறப்பட்டாள். வேர் தென்பட்டது. பெண்ணானாள். அப்போது அந்த நீர் தேவதை அங்கு வந்துவிட்டது. தன்னால் தேவதையாக மாறவோ, அந்த நீர் தேவதையைத் திருமணம் செய்யவோ இயலாது எனவும், இதை ஏற்காவிட்டால் அவளைத் கொன்றுவிடுமாறும் சொன்னாள். நீர் தேவதை பெரும் துயருற்று அவளை விட்டு அகன்றது. அவனைச் சந்தித்த அதே மலை உச்சிக்கு வந்தாள். அவனையே தீவிரமாக எண்ணி அழைத்தாள். அவனைப் போலவே ஒருவன் அவள் முன்பு வந்து நின்றான். அவளுக்கு மகிழ்ச்சியில் பேச்சே வரவில்லை. அவனை அழைத்துக் கொண்டு தன் மாளிகைக்கு வந்தாள். தன் தந்தையிடம் நடந்தவற்றைக் கூறி அழைத்து வந்தவனுக்குத் தன்னை மணம் செய்து வைக்கக் கோரினாள். மன்னனும் அதை ஏற்றான். திருமணம் முடிந்த முதல்நாள் இரவு அவனைப் பார்த்தவுடன் மயங்கிவிழுந்தாள். இரவில் அவன் அகோரமான வேற்றுக்கிரகவாசி யாகவும், பகலில் அவளுக்குத் தெரிந்த அந்த மனிதன் போலவும்

இருப்பான் எனவும் அவளுக்கு அவன் புரிய வைத்தான். அப்போதுதான் தான் மணம் புரிய நினைத்தது அவனை அல்ல என்பதும், அவனைப் போலவே தன்னிடம் பழகிய வேறு ஒரு வேற்றுக்கிரகவாசி என்பதும் புரிந்து செய்வதறியாது திகைத்துப் போனாள். அவனிடம் விவரத்தைக் கூறியதும் அவன் தன் கிரகத்திற்குத் திரும்பிச் சென்றுவிட்டான்.

பாட்டி நடந்ததை எண்ணி எல்லா வேற்றுக்கிரகவாசிகளும் மனித உரு எடுத்தால் ஒரே தோற்றம் கொண்டிருப்பார்களோ என்ற சந்தேகம் கொண்டாள். ●

3

அன்று வழக்கம்போல் தன் பணிப்பெண் தேங்காயை உடைப் பதைப் பார்த்துக் கொண்டிருந்த இளவரசிக்கு ஓர் ஆச்சரியம் வந்து சேர்ந்தது. அந்தத் தேங்காயிலிருந்து ஒரு குட்டி மனிதன் வெளியில் குதித்தான். இளவரசியிடம் அந்தக் குட்டி மனிதனைக் கொண்டுவந்து கொடுத்தாள் பணிப்பெண். நீ எப்படித் தேங் காய்க்குள் வந்தாய் என்று கேட்டாள். தேங்காய் உருவாகும்போதே தான் அதனுள் சென்றுவிட்டதாகவும் அதன் நீரைக் குடித்து வளர்ந்ததாகவும் சொன்னான். தன் இனம் தூரத்தில் இருக்கும் ஒரு கிரகத்தில் இருப்பதாக அவன் சொன்னான். அவனை வைத்துக் கொள்வதா வெளியேற்றி விடுவதா என்று அவள் யோசித்தாள். நான் இங்கேயே இருந்துவிடவா என்று அவன் கேட்டான். உன்னைப் பார்ப்பவர்கள் உன்னைத் தூக்கிச் சென்று விடுவார்கள். சிலர் உன்னை நன்றாகப் பார்த்துக் கொள்வார்கள். சிலர் தொல்லைச் செய்வார்கள் என்றாள். என்னை நீயே வைத்துக் கொள் என்றான். நான் போகும் இடமெல்லாம் உன்னைத் தூக்கிச் செல்ல முடியாது என்றாள். என்னை ஒரு பானையில் இட்டு வைத்துவிடு என்றான். அவனைப் பானையில் இட்டு வைத்துவிட்டு ஆற்றங்கரைக்குச் சென்றாள். அவள் நகர்ந்தவுடன் அரண்மனையின் உயரத்திற்கு வளர்ந்த அவன் அங்கிருப்பவற்றை ஆராய்ந்தான். யார் கண்ணிலும் படாதவாறு உருமாற்றிக் கொண்டான். வெளியில் வந்து இன்னும் பல அடிகள் வளர்ந்து அவள் இருக்கும் இடத்தைத் தேடி வந்துவிட்டான். ஆற்றில் குளித்துவிட்டு குடங்களில் தண்ணீர் கொண்டு வந்து வைத்திருந்தார்கள் பணிப்பெண்கள். அவற்றின் ஒன்றில் அவன் முகம் நிழலாகத்

தெரிந்தது. அங்கு எதற்காக அவன் வந்தான் என்று கேட்டு அவன் வளர்ச்சியைக் கண்டு ஆச்சரியப்பட்டாள். அவளைத் தேடி வந்ததாகச் சொன்னான். அவளை விட்டு விலக முடியாமல் இப்படி வேறு ஓர் உரு எடுத்து வந்திருப்பதாகச் சொன்னான். அவளைத் திருமணம் செய்ய முடியாவிட்டாலும் அவளை விட்டுப் போக முடியவில்லை என்றான். இனி வேற்றுக்கிரகவாசிகளுக்குத் தன் தந்தை தன்னை மணமுடித்துத் தரப்போவதில்லை என்றாள். நீ சாதாரண மனிதனாகவே எப்போதும் இருந்தால் மட்டும் அது சாத்தியம் என்றாள். அதனால் அவளைத் தொல்லை செய்யாமல் இனி அவன் கிரகத்திற்குத் திரும்பிப் போகச் சொன்னாள். உடனே ஒரு பனை மரம் அளவு உயர்ந்து அவளைத் தூக்கிக் கொண்டு பறந்தான். அவள் கத்திக்கொண்டே எழுந்து அமர்ந்தாள். ஏன் கத்துகிறாய், உன் அருகில்தான் நான் இருக்கிறேன் என்றான். கனவு கண்டேன் என்றாள். இல்லை நீ என் கனவுக்குள் வந்துவிட்டாய் என்றான். இதிலிருந்து எப்படித் திரும்பிப் போவது என்றாள். அது முடியாது, தொடர்ந்து கனவு கண்டுகொண்டிரு, அதில் வேறிடம் கிடைத்தாலும் கிடைக்கும் என்றான். அவள் அழுதுகொண்டே தூங்கிப் போனாள்.

பாட்டிக்குக் கண்களில் கண்ணீர் தளும்பியது. ●

4

ஒரு நாள் பல்வேறு வகையான பூச்சிகள் இருக்கும் கிரகத்திற்குச் செல்வது போல கனவு கண்டாள். அந்தக் கிரகத்தை அடைந்தாள். அங்கு இருந்தவை பூச்சிகளல்ல, பூச்சிகள் போல் தெரியும் மனிதர்கள் எனக் கண்டு வியப்புற்றாள். அவள் அருகே வந்து ரீங்கரித்த ஒருவன் அவள் எப்படி அங்கே வந்தாள் என்று கேட்டான். கனவுக் கிரகத்தின் வழியாக வந்துவிட்டதாகச் சொன்னாள். அந்தக் கிரகத்தில் தொடர்ந்து இருந்தால் அவளுக்கும் சிறகுகள் முளைத்துவிடும் என அவன் சொன்னான். அதன்பிறகு அவள் வேறு எந்தக் கிரகத்திற்கும் செல்ல முடியாது என்றும் அவன் கூறினான். பூமிக்கு அழைத்துச் சென்று விட்டுவிடுமாறு அவனிடம் மன்றாடினாள். அந்தக் கிரகத்தின் மூலையில் ஓர் ஓட்டை இருப்பதாகவும் அதில் விழுந்தால் பூமிக்குச் செல்லும் பாதை வரும் என்றும் அதில் போனால் பல அபாயங்களைத்

தாண்டி பூமிக்குச் சென்றுவிடலாம் எனவும் கூறினான். அப்போது அந்தக் கிரகத்தின் பூச்சி மனிதர்கள் அவளைத் துரத்தினார்கள். அவன் அவர்களை விரட்டினான். அவனும் அவளுடன் சேர்ந்து அந்த ஓட்டையைத் தேடினான். இருவரும் சேர்ந்து அந்த ஓட்டையைக் கண்டுபிடித்தார்கள். அவளுக்கு நிம்மதியாக இருந்தது. அவள் பூமிக்குக் கிளம்பும் போது நீ போகத்தான் வேண்டுமா என்று கேட்டான். என்னால் பூச்சி ஆக முடியாது என்றாள். இங்கு சாவே இல்லை, பூமிக்குப் போனால் சாகவேண்டியிருக்கும் என்றான். அவள் அமைதியாக இருந்தாள். நீ பூச்சியானால் உன்னைப் போன்ற அழகான பூச்சி வேறு யாரும் இருக்கமாட்டார்கள். அப்போது நீ இந்தக் கிரகத்தின் ராணியாகி விடலாம் என்றான். பூமியின் ராணித் தேனீ போலா என்றாள். ஆம் என்றான். நீ என்னைத் திருமணம் செய்து கொண்டால் நான் ராஜா பூச்சி ஆகிவிடுவேன் என்றான். அதன் பிறகு வேறு எங்கும் செல்ல முடியாதா என்றாள். அருகில் இருக்கும் கிரகத்திற்குச் செல்லலாம், ஆனால் அவர்கள் பல தொல்லைகளைத் தந்து கொண்டிருக்கிறார்கள். அவர்களை அடக்கிவிட்டால் அங்கும் போகலாம் என்றான். அவர்களை எப்படி அடக்குவது என்றாள். அவர்கள் கிரகத்தின் நிலவைத் திசைத் திருப்பிவிட்டால் அவர்களின் சக்தி குறைந்துவிடும். அவர்கள் நம் சொல்லுக்குக் கீழ்ப்படிவார்கள். அப்போது அங்குச் செல்லலாம் என்றான். பூமியை விட்டு வந்தபின் அதுபோன்ற சாகசங்களைச் செய்தால் என்ன என அவளுக்குத் தோன்றியது. பூச்சியானாள். ராணியானாள். முட்டையிட்டு ஒரே ஓர் இளவரசனைக் குஞ்சு பொரித்தாள்.

பாட்டி அதை நினைத்துப் புளங்காகிதம் அடைந்து சிரித்துக் கொண்டாள். ●

5

ராணிப் பூச்சி தன் இளவரசனைப் பாதுகாப்பாக வளர்க்கப் பெரிதும் பாடுபட்டாள். பூமியிலிருந்து வந்தவளுடன் கலப்பின மாகப் பிறந்த பூச்சி இளவரசனை அங்கிருந்தவர்கள் ஏற்கவில்லை. அவை அவனை கொல்லப் பார்த்தன. ராஜாவும் ராணியும் இணைந்து அருகில் இருக்கும் கிரகத்தின் நிலவைத் திசைத் திருப்ப அந்த இளவரசனும் உதவி செய்வான் என்று உறுதி கூறிய பின்

எதிர்ப்புகள் அடங்கின. இளவரசனும் அந்த இலட்சியத்துடன் வளர்ந்தான். அந்தக் கிரகத்தின் நிலவைத் திசை மாற்றம் செய்ய நுண்ணிய காந்தத் துகள்களைச் சேகரித்து வந்தான். அந்தக் கிரகத்தின் நிலவு நகர்ந்து செல்லவேண்டிய பாதையில் அந்தத் துகள்களைச் சொரிந்தான். இளவரசனுடன் சேர்ந்து மற்ற பூச்சிகளும் அந்த வேலையைச் செய்தன. மெதுவாக நிலவு திசை மாறியது. அதை அந்தக் கிரகத்தினர் பொருட்படுத்தவில்லை. அந்த நிலவு முற்றிலும் வேறு பாதையில் பயணித்தபோது அந்தக் கிரகம் தடுமாறியது. அவர்கள் ஆற்றலை இழந்தனர். அதுதான் சரியான சமயம் எனக் காத்திருந்த ராஜா பூச்சி அந்தக் கிரகத்தைத் தன் கட்டுப்பாட்டுக்குள் கொண்டுவந்தான். ராணிப் பூச்சியால்தான் இந்த வெற்றி கிடைத்தது என அந்தக் கிரகத்திற்கும் ராணியாக அவளைத் தேர்ந்தெடுத்துக் கொண்டாடினர். இதைக் கண்ட அந்தக் கிரகத்தில் இருந்த ஒருவன் ராஜா பூச்சி மீது லேசர் போன்ற ஒளியைப் பாய்ச்சி அவனைக் கொன்றுவிட்டான். பூச்சி கிரகத்திலிருந்து வேறு கிரகத்திற்கு வந்தவுடன் சாகாமல் இருக்கும் சக்தியை இழந்த ராஜா பூச்சி மரித்துப் போனது. அதைத் தாங்க முடியாமல் ராணிப் பூச்சி பூமிக்குத் திரும்ப முடிவெடுத்தாள்.

பாட்டிக்கு ராணியை நினைத்து பெருந்துயர் ஏற்பட்டு அழுகை பெருகியது. ராணியின் அனுபவம் அவளைப் பதற வைத்தது. ●

6

பூமிக்கு வந்த ராணிப் பூச்சி அங்கு யாரும் அவளை மனித இனம் சார்ந்த உயிராக ஏற்காததால் நொந்து போனாள். தற்கொலை செய்து கொள்ளத் தீயில் பாய்ந்துவிடப் பறந்தாள். அப்போது முதலில் அவளுடன் பழகிவிட்டுச் சென்ற வேற்றுக் கிரகவாசி அங்கே வந்தான். நீ என்னைக் கைவிட்டுப் போய் விட்டாய். அதனால்தான் எனக்கு இந்த நிலை. நீ சொல்வதை இனி நான் கேட்கப் போவதில்லை என்றாள். உன்னைப் பல கிரகங்களுக்கும் அழைத்துச் செல்லத்தான் வந்தேன் என்றான். அவள் யோசித்தாள். அவனுடன் இருப்பது மட்டுமே தனக்குப் பிடிக்கிறது என்பதை உணர்ந்து அவன் சொன்னதை ஏற்றாள். அவன் அவளை நீல கிரகத்திற்கு அழைத்துச் சென்றான். அங்கு மரம், செடி, கொடி, விலங்கு என எல்லாமே நீல நிறமாக இருந்தன. அவள் மட்டும் வெள்ளைப் பூச்சியாக இருந்தாள். பூச்சி இனத்தின்

ராணி அவள் என அறிந்து அங்கிருந்தவர்கள் அவளை மிகுந்த செல்வாக்குடன் நடத்தினார்கள். அவள் அங்கேயே தங்கிவிடலாம் என நினைத்தாள். அங்கு ஒரு கைப்பிடி நீரைப் பருகினாலும் நீல நிறமாக மாறிவிடுவார்கள் என்றார்கள். அவளுக்கு அது ஆர்வமாக இருந்தது. ஆனால் அவள் நீல கிரகத்திற்கு வந்திருப்பதை அறிந்த பூச்சி கிரகத்தினர் அவளை அங்கு வர வற்புறுத்தினார்கள். இளவரசன் அப்போது அங்கு மன்னனாகிவிட்டதாகச் சொன் னார்கள். ராஜா இல்லாத இடத்திற்கு வர முடியாது என்றாள். அவளுடன் இருந்த வேற்றுக்கிரகவாசி தானும் உடன் வருவதாகச் சொன்னான். அதை ஏற்று மீண்டும் பூச்சி கிரகத்திற்கு வந்தாள். மன்னனாகிவிட்ட ராணியின் மகன் தன் அம்மா யாரோ ஒருவனை அழைத்து வந்ததை விரும்பவே இல்லை. அவனை அங்கிருந்து வெளியேற்றத் திட்டம் தீட்டினான். நிலவற்ற அண்டைக் கிரகத்தை அவன் கட்டுப்பாட்டில் தருவதாகச் சொன்னான். மேலும் அங்கிருப்பவர்கள் யாராவது ஒருவரிடம் சொல்லி லேசர் போன்ற ஒளியைப் பாய்ச்சி அவனைக் கொன்றுவிடச் சொல்லி அவர்களை அனுப்பிவைத்தான். ராணியுடன் வந்த வேற்றுக்கிரகவாசி தன்னைக் கொல்ல மன்னன் திட்டம் தீட்டி இருப்பதை ராணியிடம் சொன்னான். அதனால் அவளும் உடன் புறப்பட்டாள். அங்கு போனவுடன் அந்த லேசர் ஒளிப் பாய்ச்ச வந்தவன் தவறுதலாக ராணிமீது பாய்ச்சிவிட்டான். அவள் கருகிப் போனாள். உடனே அவளைத் தூக்கிக் கொண்டு அந்த வேற்றுக்கிரகவாசி யாருமற்ற கிரகத்திற்குச் சென்றான். தன் இனத்தின் ஆற்றலைக் கொண்டு அவளை உயிர்ப்பித்தான். யாருமற்ற அந்தக் கிரகம் அவளை ஆசுவாசப்படுத்தியது. அங்கிருந்த கற்கள் ஒளி ஊடுருவக் கூடியவையாக இருந்தன. மேலும் அவை நெகிழும் தன்மை கொண்டிருந்தன. அவள் அந்தக் கற்களில் பல உருவங்களைச் செய்தாள். அவன் அவற்றை உயிர்ப்பித்தான். அவள் அவனைப் போன்ற உருவத்தைச் செதுக்கினாள். அது உயிர் பெற்றது. அதனிடம் அவள் நெருங்கிப் பழகினாள். அவனுக்கு அது ஏற்புடையதாக இல்லை என்றான். அவனுள் பொறாமை ஏற்பட்டிருப்பதாகச் சொன்னாள். பூமியில் இருப்பவர்கள் நடந்து கொள்வதுபோல் அவள் நடந்துகொள்ளக் கூடாது என்றான். அவளை இப்படிப் பாதுகாப்பவன் ஏன் தன்னைத் திருமணம் செய்து கொள்ளக் கூடாது என்று கேட்டாள். தன் இனத்தில் திருமணம் செய்யத் தடை விதிக்கப்பட்டிருப்பதாகச் சொன்னான். எதற்காகத் தன்னுடன் அவன் இருக்கிறான் என்று கேட்டாள்.

அவள் கொண்டிருக்கும் ஈர்ப்புச் சக்தியிலிருந்து விடுபட முடிய வில்லை என்றான். அப்போது அவன் வைத்திருந்த கடிகாரம் போன்ற ஒரு கருவி கூக்குரலிட்டது. அருகில் ஒரு பெரிய கல் வந்து கொண்டிருப்பதாகவும், அந்தக் கிரகத்தை அது இடித்துவிடும் என்றும், உடனே அங்கிருந்து கிளம்பவேண்டும் என்றும் சொன்னான். அங்கு உயிர்ப்பித்தவர்களை என்ன செய்யலாம் என்றாள். அவர்களை மீண்டும் கல்லாக்கிவிடலாம் என்று கூறிவிட்டு அவர்கள் கிளம்பினார்கள்.

பாட்டிக்கு அந்த நினைவுகள் ஏகாந்தமாக இருந்தது. அவளுக்குள் அது புன்முறுவலைக் கொடுத்தது. ●

7

அவர்கள் பூமிக்கு வந்து சேர்ந்தார்கள். அங்கு விவசாயம் செய்யலாம் என முடிவெடுத்தார்கள். மிகப்பெரிய நிலத்தை வாங்கி பயிர் செய்யத் தொடங்கினார்கள். அவர்கள் போட்ட பயிர்கள் உடனடியாக விளைந்தன. அருகிலிருந்த விவசாயிகள் அங்கே ஏதோ அதிசயம் நடப்பதைக் கண்டு விசாரிக்க வந்தார்கள். அப்போது அவர்கள் இருவரும் காணாமல் போனார்கள். அந்த விவசாயிகள் திரும்பிப் போனபின் வந்தார்கள். இரவில் இவர்கள் நிலத்தை எப்படிக் காவல் காப்பார்கள் என்று அறிய சில விவசாயி கள் முயன்றார்கள். அப்போது புலி போன்ற ஒரு பொம்மையை உயிர்ப்பித்து காவலுக்கு அமர்த்திவிட்டார்கள். அதைக் கண்டதும் அங்கு வந்த விவசாயிகள் ஓட்டம் பிடித்தார்கள். அவர்கள் விதிகளை மீறி புலியை வளர்ப்பதாகப் புகார் கொடுத்தார்கள். அவர்களை விசாரிக்க வந்தவர்கள் அது புலி பொம்மை என்று பார்த்துவிட்டு நடவடிக்கை எதுவும் எடுக்காமல் போனார்கள். ஆனாலும் வேகமாகப் பயிர் விளைவிப்பதும் அவற்றை அறுவடை செய்வதும் என்ற அவர்களின் செயல்பாடு எல்லோருக்கும் பொறாமை தந்ததால் அந்தப் பயிர்களை ஒரு நாள் அவர்கள் கொளுத்திவிட்டார்கள். அவளால் அதைத் தாங்கிக் கொள்ள முடியவில்லை. தங்கள் மீதிருந்த வெறுப்பால் ஒன்றும் அறியாத பயிர்களைக் கொளுத்தியதைக் கண்டு அவள் அழுதாள். பூமிக்கு வந்தால் இப்படித்தான் இருக்கும் என்பதால் வேறு கிரகத்திற்குச் செல்லலாம் என்றான் அவன். ஒரு தனிமை கிரகத்திற்குச் சென்று சேர்ந்தார்கள். அங்கு அவர்கள் விவசாயம் செய்தார்கள். அப்போது

அருகில் இருந்த கிரகவாசிகள் அந்தப் பயிர்களின் வாசத்தைத் தங்களால் பொறுக்க முடியவில்லை என்றார்கள். அவள் அந்தப் பயிர்களைக் கொண்டு செய்த உணவை அவர்களுக்குக் கொடுத்தாள். அதில் மயங்கிப் போனவர்கள் அந்தப் பயிர்களைத் தங்கள் கிரகத்திலும் வளர்க்க அவளிடம் உதவி கேட்டார்கள். அவளுக்குப் பெரு மகிழ்ச்சியாகிவிட்டது. தனி கிரகத்தில் அவனுடன் இவள் இருப்பது பூச்சி கிரகத்தின் மன்னனான அவள் மகனுக்குப் பொறுக்கவில்லை. அந்தப் பயிர்களை வந்து அழித்துவிட்டான். எங்குப் போனாலும் பகை தொடர்கிறதே என்று அவள் அழுதாள். தன்னுடன் இருப்பதால்தான் அவள் தொல்லை அடைகிறாள் என்றான் அவன். தன்னை விட்டு விலக அவனுக்குச் சம்மதம் என்றால் சென்றுவிடு என்றாள் அவள். அவளைச் சமாதானப்படுத்தி யாரும் வராத ஒரு கிரகத்திற்கு அழைத்துச் சென்றான். அது பல அண்டங்களைத் தாண்டி இருந்த கிரகம். அங்கும் அவள் பயிர் செய்வது, சிலை வடிப்பது அவற்றை உயிர்ப்பிக்கச் செய்வது என குதூகலமாக இருந்தாள்.

பாட்டி கண்களை மூடி அது போன்ற ஒரு சொர்க்கத்தைப் பற்றி பகல் கனவு கண்டு கொண்டிருந்தாள். ●

8

அவன் தன் கிரகத்திற்குச் செல்லும் நேரம் வந்துவிட்டது என்றான். தன்னை தனியே விட்டுச் செல்லப் போகிறானா என்று கேட்டாள். எங்குப் போனாலும் அவன் கவனம் அவள் மீதே இருக்கும் என்றான். அவனைப் போகாமல் தடுக்க என்ன உபாயம் இருக்கும் என்று யோசித்தாள். அழுதுகொண்டே உறங்கிப் போனாள். கனவில் ஒரு பெண் வந்தாள். அந்தக் கிரகத்தில் ஒரு குப்பி இருப்பதாகவும் அதைத் தேடி எடுத்து அதில் அழுத கண்ணீரைச் சேகரித்து அவன் பெயரை உச்சரித்து காற்றை ஊதி வைத்துவிட்டால் அவன் அதில் புகுந்துகொள்வான் என்றும் அந்தக் குப்பியை மூடிவைத்துவிடலாம் என்றும் சொன்னாள். எழுந்தவுடன் அந்தக் குப்பியைத் தேடி எடுத்தாள். கண்ணீரைச் சேகரித்து அவன் பெயரைச் சொல்லி காற்றை ஊதி குப்பியைத் திறந்து வைத்தாள். சிறிது நேரத்தில் அவன் அதில் புகுந்துவிட்டான். அதை மூடி வைத்துக் கொண்டாள். அவன் அதில் இருப்பது மட்டுமே அவளுக்குப் போதுமானதாக இருந்தது. ஆனாலும்

அவன் அந்தக் குப்பியில் இருந்து சிரமப்படுவானே என்று நினைத்து வருந்தினாள். அதனால் குப்பியைத் திறந்து அவனைப் போகவிட்டாள். அவன் சென்ற பிறகு அவனைப் போன்ற ஓவியங்களைத் தீட்டி சிற்பங்களை வடித்து காலத்தைப் போக்கிக் கொண்டிருந்தாள்.

பாட்டி குமுறிக் குமுறி அழுதாள். ●

9

தனியாக அந்தக் கிரகத்தில் அழுது புலம்பிக் கொண்டும் அரற்றிக் கொண்டும் அவள் இருந்தபோது ஒரு விண்கலம் அங்கு வந்திறங்கியது. அதில் வந்த ஒருவன் அவளை விட்டுச் சென்றவன் அவளை அழைத்துவருமாறு விண்கலத்தை அனுப்பியிருப்பதாகச் சொன்னான். எந்தச் சிந்தனையும் இல்லாமல் அதில் ஏறிப் புறப்பட்டாள். அவன் கிரகத்திற்கு வந்து சேர்ந்தாள். அப்போதுதான் அவன் அந்தக் கிரகத்தின் மன்னன் என்பது அவளுக்குத் தெரிய வருகிறது. அவன் தன்னிடம் பேசுவானா என்ற ஏக்கத்தில் இருந்தாள். அவளைத் தனியே சந்தித்து இங்கு நீ தங்கியிருக்க அனுமதி கிடைத்திருக்கிறது. நீ அவ்வப்போது என்னைச் சந்திக்கலாம். உனக்கு விருப்பமிருந்தால் இங்கேயே இரு. இல்லை என்றால் உனக்கு விருப்பமான இடத்திற்கு அனுப்பிவைக்கிறேன் என்றான். அவள் அங்கேயே இருந்து அங்கிருந்தவர்களுக்குப் பயிர் விளைவிப்பது, ஓவியம் வரைவது, சிற்பம் செய்வது உள்ளிட்டவற்றைக் கற்றுக் கொடுத்தாள். அவ்வப்போது அவனைச் சந்தித்துப் பேசினாள். அவளுக்கு ஓரளவு ஆறுதலாக இருந்தது. ஒரு நாள் அந்தக் கிரகத்தைப் பிடிக்க மற்றொரு கிரகவாசிகள் வந்து கொண்டிருப்பதாகவும், அவர்களிடம் இருப்பது போன்ற ஆயுதங்கள் தங்களிடம் இல்லை என்றும், அந்தப் போருக்குப் பின்னால் தான் இல்லாமல் போய்விடக்கூடும் என்றும் கூறுகிறான். அவளால் இதைத் தாங்க முடியவில்லை. பூமிக்குச் சென்றுவிடுவதாகச் சொல்கிறாள். அவனும் அவளைப் பூமியில் கொண்டுவந்து விட்டுச் செல்கிறான். அவள் எப்போது அவனைப் பற்றித் தீவிரமாகச் சிந்தித்தாலும் அவளருகில் அவன் வந்துவிடுவான். ஆனால் சில நாள்களுக்குப் பின் அவனைப் பற்றி அவள் சிந்தித்தாலும் அவன் வருவதே இல்லை. அதனால் அவள் பெரிதும் உடல் ஆரோக்கியம் பாதிக்கப்பட்டாள்.

பாட்டிக் கேவிக் கேவி அழுதாள். பாட்டியால் இனியும் அமைதியாக இருக்க முடியவில்லை. ●

10

பாட்டி தன் வாழ்வில் நிகழ்ந்த இத்தனை அதிசயங்களுக்கும் முருகன்தான் காரணம் என்று கருதிக் கொண்டாள். மீண்டும் ஒரே ஒரு முறை அவனைச் சந்திக்க முருகனிடம் மன்றாடி வேண்டினாள். இப்படியே காத்திருந்து பல காலம் ஓடிவிட்டது. வேற்றுக்கிரகவாசியாக இருந்தவன் ஏன் தன்னைச் சந்தித்தான் என எண்ணிப் பார்த்தாள். தனக்குக் கிடைத்த அனுபவம் யாருக்கும் கிடைக்கவில்லை. முருகன் அதைச் சாத்தியப்படுத்தி யிருக்கிறான் என சமாதானம் அடைந்தாள். இருந்தாலும் அவனைச் சந்திக்க வைத்தது எப்போதும் அவனுடன் இருப்பதற்காக என அவள் தவறாகக் கருதிவிட்டாள் என நினைத்தாள். இப்போது தனக்கு யாரும் இல்லாத நிலையில் மீண்டும் அவன் வந்து தன்னை ஏன் பார்த்துக் கொள்ளக் கூடாது என எண்ணினாள். அவன் இருக்கிறானா எங்கிருக்கிறான் என எதுவுமே தெரியாத நிலையில் அவனை எப்படி வரவழைப்பது எனத் தீவிரமாகச் சிந்தித்தாள். பின் கையறு நிலையில் உடைந்து அழுதாள். முருகனிடம் ஆராதனை செய்து வேண்டினாள். அவனை தன்னிடம் சேர்ப்பிக்குமாறு பல நூறு முறை கேட்டாள். ஒரு நாள் கனவில் வந்த முருகன் அவன் கிரகத்தில் போர் இன்னும் முடியவில்லை என்றும் போர் முடிந்தவுடன் அவன் வருவான் என்றும் கூறினான். அவளுக்கு நிம்மதியாக இருந்தது. அவள் நோய்வாய்ப்பட்டு படுத்தப் படுக்கையானாள். முருகனை வேண்டுவதை அவள் நிறுத்தவே இல்லை. அவளுக்குத் தன் உயிர்ப் பிரியும் கணம் வந்துவிட்டதைப் புரிந்துகொள்ள முடிந்தது. முருகன் சொன்னது நடக்கவில்லை என எண்ணினாள். அவள் அரை மயக்கத்தில் இருந்தாள். அப்போது அவளை யாரோ அழைப்பது போல் இருந்தது. அவள் கண்களைத் திறக்க முடியவில்லை. அவன் வந்துவிட்ட அருகாமையை உணர முடிந்தது. நிம்மதியாகக் கண் மூடினாள். தன் இனத்தின் ஆற்றலைக் கொண்டு அவளை மீண்டும் உயிர்ப்பிக்க அவனும் விரும்பவில்லை. ●

சதுரங்கம்

அந்த நாட்டின் மன்னனுக்குச் சதுரங்கம் ஆடுவதில் அலாதிப் பிரியம். அவனுடைய சதுரங்க மேஜை ஒரு பெரிய அறையின் தரையில் இரும்புக் கட்டங்களால் ஆனது. அதன்மீது வைக்கப்படும் காய்கள் மிகப்பெரிய காந்தங்களால் ஆனவை. அவற்றை நகர்த்த அந்தத் தரைக்கு அடியில் சிறையில் இருக்கும் கைதிகள் மிகப்பெரிய காந்தங்களைத் தலையில் சுமந்து மேலே இருக்கும் காவலர்கள் சொல்படி நகரவேண்டும். மன்னன் காயை நகர்த்தும்போது காவலர்கள் கட்டளையிடுவார்கள். அப்போது தலையில் உள்ள காந்தத்தின் விசையால் அந்தத் தரை மீதிருக்கும் காந்தக்காயை நகர்த்த வேண்டும். சிறைக் கைதிகளைச் சித்திரவதைச் செய்ய இந்த உத்தி மன்னனுக்கு உகந்ததாக இருந்தது. பிரம்மாண்ட விளையாட்டை விளையாடும்போது கூடவே சிறைக் கைதிகளை வாட்டுவது அவனுக்குப் பெரிதும் உவப்பளிக்கக்கூடியதாக இருந்தது. அதனால்தான் அந்த மன்னனுக்குச் சதுரங்கத்தின் மீது ஏக ஆசை இருந்தது. தன் இளவரசனையும் அதேபோல் விளையாடக் கற்றுக் கொடுத்தான். அவன் வேகமாக விளையாட விரும்புவான். அவன் வேகத்திற்குக் கீழே இருக்கும் கைதிகள் ஈடு கொடுக்காவிட்டால் சூடு மழை அவர்கள் உடலில் பொழியும். சிறைக் கைதிகள் சிலர் இதனால் இறந்தும் போயிருக்கிறார்கள். அது குறித்து மன்னனோ இளவரசனோ கண்டுகொண்டதில்லை. இளவரசனுக்கு அண்டை நாட்டு இளவரசியை மணமுடிக்க மன்னன் நினைத்தான். அவளும் நல்ல சதுரங்க ஆட்டக்காரி. இளவரசனுடன் விளையாட மன்னன் அவளை அழைத்தான். அவளுக்குச் சிறைக் கைதிகளை வைத்து காய்களை நகர்த்தி அவர்களைச் சித்திரவதைக்கு உள்ளாக்குவது தெரிந்திருந்தது. அவளை மணமுடிக்காவிட்டால் எதிரி நாட்டு அரசனின் பெரும் படையிடம் சரணடைய வேண்டியிருக்கும் என்பதால் மன்னன் இளவரசனின் திருமணத்தில் தீவிரமாக இருந்தான். அவள்

திருமணம் புரிந்துகொள்ள ஒரே ஒரு கோரிக்கை வைத்தாள். தன்னுடன் விளையாடும் இளவரசன் தோற்றால் திருமணம் இல்லை. ஆனால் காய்களைத் தரைக்கு அடியில் மன்னன் நகர்த்தவேண்டும் என்று சொன்னாள். அதை ஏற்ற மன்னன் தூக்க முடியாத அந்தக் காந்தங்களைத் தூக்கிக் கொண்டு இளவரசனின் வேகமான நகர்த்தலுக்கு ஈடு கொடுக்க முடியாமல் திண்டாடினான். சிறைக் கைதிகளுக்கு வழங்கப்படும் சூடு வைக்கும் தண்டனையைப் பெற்று குற்றுயிரும் குலையுயிருமாகி இறந்து போனான். இளவரசன் அந்தப் போட்டியில் தோல்வி அடைந்தான். நாட்டையும் இழந்தான். ●

மகள்

தன் மகள் தன் அம்மாவைப் போலவே இருப்பதாக அவனுக்கு மிகவும் பெருமையாக இருந்தது. தன் மகளிடம் தன் அம்மாவைப் பற்றிப் பாராட்டிக் கொண்டே இருப்பான். மகளுக்கும் அது மிகவும் பிடித்துப் போனது. தன் பாட்டியின் குணங்கள் எல்லாம் தனக்கும் வந்துவிடவேண்டும் என எண்ணிக் கொண்டாள். தன் அம்மா இல்லாத இடத்தை தன் மகளைக் கொண்டு நிரப்பப் பெரிதும் பாடுபட்டான். மகள் தோற்றத்தில் குணத்தில் பாவனையில் அம்மாவைப் போல் இருந்தாலும், ஏதோ ஒன்று குறைகிறது என்ற எண்ணம் அவனை வாட்டி எடுத்தது. அம்மாவின் படத்தின் முன் நின்று தன் மகளை எப்படியாவது அவளைப் போலவே மாற்றிவிடுமாறு கெஞ்சி வேண்டிக் கொண்டான். அம்மா படத்திலிருந்து சிரித்தாள். பேத்தியைக் கவனிக்கத் தொடங்கினாள். பேத்தி விளையாட்டுப் பெண்ணாக இருப்பதுபோல் அவளுக்குத் தோன்றியது. கொஞ்சம் பெரியவள் ஆனதும் பொறுப்பு வந்துவிடும் என நினைத்துக் கொண்டாள். தன் அம்மா படித்த நூல்களை எடுத்துக் கொடுத்து மகளைப் படிக்கச் சொன்னான். அவளும் ஆர்வமுடன் அவற்றைப் படித்தாள். அவற்றில் இருப்பதைத் தனக்குக் கூறுமாறு கேட்டான். அவள் சுரத்தே இல்லாமல் அதைச் சொன்னாள். பேத்திக்குச் சிந்தனைத் திறன் குறைவதைக் கண்டாள் பாட்டி. மகள் என்ன இருந்தாலும் தன் தாயாக முடியாது என்பதைப் புரிந்து கொண்டாலும், அதை ஏற்க முடியாமல் வேதனைப்பட்டான் அவன். மகளுக்கு இன்னும் வேறென்ன அறிவுரைத் தர முடியும் என்பது அவனுக்குப் புரியவில்லை. மகனுடைய வேதனையைக் கண்ட தாய்க்குப் பொறுக்கவில்லை. ஒரு நாள் இரவு எல்லோரும் தூங்கிக் கொண்டிருக்கும்போது பேத்தியின் உடலில் புகுந்தாள். காலையில் எழுந்த மகளிடம் ஏதோ மாற்றம் இருப்பதைப் புரிந்துகொண்டான். அவள் தன் அம்மாவைப் போல் ஆகிவிட்டால் அவளுக்கு ஒரு நகை வாங்கித் தரவேண்டும் என எண்ணிக்

கொண்டான். அருகே வந்த மகள் நகை வாங்கி இப்போது செலவு செய்ய வேண்டாம் அப்பா என்றாள். அவனுக்குத் தூக்கிவாரிப் போட்டது. தான் மனதில் நினைத்ததை இவள் எப்படிப் புரிந்து கொண்டாள்; இத்தனை நாளாக இந்தக் குணம் இல்லாமல்தான் இவளைத் தன் தாயைப் போல் பார்க்க முடியாமல் போனது என்று நினைத்தான். தன் தாயிடம் இருந்த அடுத்தவர்களின் மனதில் இருப்பதை அறியும் குணம் தன் மகளிடமும் வந்துவிட்டதால் இனி தன் மகளைத் தன் அம்மாவைப் போலவே எண்ணிக் கொள்ளலாம் என்று நினைத்து பெரு மகிழ்ச்சியில் ஆழ்ந்து போனான். ●

பகை

கணினி மென்பொருள் தயாரிப்பதில் மிகப்பெரிய தொழிலதிபர் அவன். அதனால் தன் வாழ்நாளையே கணினி மென்பொருள் தயாரிப்பதில் செலவிட்டான். அதன் காரணமாகவே இந்த அபரிமித வளர்ச்சியைப் பெற்றான். எல்லோரிடமும் இருக்கும் கணினியில் தன் மென்பொருள் இயங்கவேண்டும் என்ற அவனுடைய கனவு நனவாகிவிட்டது. இருந்தாலும் அவனுக்குப் போட்டியாக யாரேனும் வந்துவிடுவார்கள் என்ற அச்சம் அவனுள் அரித்துக் கொண்டிருந்தது. எதிர்பாராத விதமாக ஒரு புதிய மென்பொருள் புயல்போல் வந்து தாக்கியது. இவனுடைய மென்பொருளைப் பயன்படுத்தியவர்கள் பலரும் புதிய மென்பொருள் பக்கம் சாய்ந்தார்கள். இவனால் அதை ஜீரணிக்க முடியவில்லை. அந்தப் புதிய மென்பொருள் வடிவமைத்தவனுடைய அலுவலகத்திற்குச் சென்றான். ஒரு மரத்தின் விதையை எடுத்துச் சென்று கொடுத்து அவன் ஜன்னலருகில் அந்த மரத்தை வளர்க்கச் சொன்னான். அதிலிருந்து வரும் காற்று மிகவும் ஆரோக்கியம் தரும் என்று சொல்லிவிட்டு வந்தான். அவனும் தன் மென் பொருளால் அவன் தொழில் பாதிக்கப்பட்டாலும் நண்பனைப் போல் வந்து மரத்தை நட்டு வளர்க்கச் சொல்லிவிட்டுப் போயிருக் கிறானே என்று வியந்து அந்த மரத்தின் விதையைத் தன் ஜன்னலருகே ஊன்றி வைத்தான். அது செடியாக ஒரு மாதத்தில் வளர்ந்துவிட்டது. ஒரு நாள் இரவு யாருமற்ற நேரத்தில் அங்கு வந்து தான் கொடுத்த அந்தச் செடியின் தண்டில் அணுக்கதிர் வீச்சைத் தரும் சில்லை செருகிவிட்டுப் போனான். சில மாதங்களில் அது மரமாகிவிட்டது. அந்தச் சில்லு புதிய மென்பொருள்

வடிவமைப்பாளனின் ஜன்னலருகில் இருந்தது. தினம் வீட்டுக்கும் செல்லாமல் அலுவலகத்தில் இருந்து புதிய மென்பொருளை மேம்படுத்தி எல்லா வகையான கருவிகளிலும் அதைப் பயன்படுத்தப் பொருத்தமான செயலிகளை அவன் உருவாக்கிக் கொண்டிருந்தான். ஒரு நாள் அவனுக்கு சட்டென்று உடல்நலம் குன்றியது. மருத்துவமனை சென்று சோதனைகள் செய்து பார்த்தபோது, அவனுக்குப் புற்றுநோய் பாதிப்பு இருந்தது தெரியவந்தது. வெற்றிகரமாக அறுவைச் சிகிச்சை செய்தும் பல கடும் மருந்துகளையும் கொடுத்தும் அவனைக் குணப்படுத்தினார்கள். மீண்டும் அலுவலகம் வந்து கடும் வேலையில் மூழ்கினான். மீண்டும் புதிய மென்பொருளை வடிவமைத்தான். இது முன்பை விட அதிகமான வரவேற்பைப் பெற்றது. ஆனால் சில மாதங்களில் மீண்டும் அவனுக்குப் புற்றுநோய்த் தாக்கி படுத்தப் படுக்கையானான். இனி அவன் மீள முடியாது என மருத்துவர்கள் சொல்லிவிட்டார்கள். தன் பாதையில் வந்த ஒரு பெரிய தடையைத் தகர்த்துவிட்ட மகிழ்ச்சியில் இவன் பல நாடுகளுக்கும் சென்று தன் பழைய மென்பொருளை வெற்றிகரமாக விற்றுவந்தான். ●

சங்கேதம்

நீர் மூழ்கிக் கப்பலில் அவள் அந்தக் குளத்தில் பயணமானாள். அந்தப் படகு தண்ணீரைப் போல் நிறமில்லாமல் இருந்ததால் அந்தக் குளத்திலிருந்த மற்ற உயிரினங்கள் அதனைக் கண்டு கொள்ளவில்லை. அவள் பாதாள லோகத்தை அடைந்தாள். அங்கிருந்தவர்கள் அவளை வரவேற்று அழைத்துச் சென்றார்கள். அந்தக் கிரகத்தைப் பல அரிய அபாயங்களிலிருந்து காக்கும் குழுவைச் சேர்ந்தவள் அவள் என்பதால் அவளிடம் ஒரு ரகசிய குறிப்பை அவர்கள் அளித்தனர். அவள் குழுவில் இருப்பவர்கள் அதனை அறிந்து அந்த வழிகாட்டுதல்படி செயல்பட்டால் அந்தக் கிரகத்திற்கு வரக்கூடிய சிக்கல்களை எதிர்கொள்ளவும் மீளவும் வழி பிறக்கும் எனச் சொல்லிக் கொடுத்தனர். அதை எடுத்துக் கொண்டு வந்த வழியே திரும்பினாள். அவளுடைய குழுவிடம் அதைக் கொடுப்பதற்கு முன் அது என்ன என்று தெரிந்துகொள்ள விரும்பினாள். அதில் இருக்கும் எழுத்துகளையும் வடிவங்களையும் கோர்த்தாள். சில அம்சங்கள் புரிவதுபோல் இருந்தது. அவற்றில் சில புரியவில்லை. அதில் இருந்த வாசகத்தை எழுத முயற்சித்தாள்.

+○👁⮝↑ϟ⊙◒↓...♒%( ) என்று அதில் எழுதப்பட்டிருந்தது.

+ என்பது நான்கு திசை. ○ என்பது கிரகம். 👁 என்பது புலனாகுதல். ⮝ இது மலையாக இருக்கலாம். ↑ இது அதன் உச்சி. ϟ இது மின்னல். ⊙ இது என்னவென்று அவளுக்குப் புரியவில்லை. ◒ இது குழி அல்லது பள்ளத்தாக்கு. ↓ இது அதன் மையம். ... இது ஏதோ ஒரு சக்தியைக் குறிக்கலாம். ♒ இது நீர் நிலையாக இருக்கலாம். நீர் நிலையிலும் அந்தச் சக்தி இருப்பது போல் தெரிகிறது. % இது நூறு சதவீதமாக இருக்கும். ( ) இது பாதுகாப்பு என்பதைக் குறிக்கலாம். அந்தக் குறியீட்டு வாசகத்தைத் தன் குழுவுக்குக் கொண்டு போய்க் காட்டினாள். ⊙ புரியாத இந்தக் குறி நிலத்தைக் குறிப்பதாகச் சொன்னார்கள். இந்தக்

கிரகத்தைக் காக்க அதன் மையத்தில் இருக்கும் மலை மீது மின்னல் மின்னும் போது உருவாகும் விசையை ஈர்த்து நிலத்திற்குள் செலுத்தினால் அது பரவி நீருக்குள் சென்று இந்தக் கிரகத்தைப் பாதுகாக்கும் என்பதுதான் இந்தக் குறியீடுகளின் பொருள் எனப் புரிந்து கொண்டார்கள். ஆனால் அந்த விசையை ஈர்ப்பது எப்படி என்பது அவர்களுக்குப் புரியவில்லை. லு இந்தச் சின்னம் இரும்பு அல்லது செம்புக் கலனாக இருக்கலாம் என நினைத்தார்கள். உடனடியாக அந்தக் கிரகத்தின் மையத்திலிருந்த மலையின் உச்சிக்குப் பெரிய செம்புக் கலன்களைக் கொண்டு சென்று வைத்துவிட்டு வந்தார்கள். இரவு மின்னலுடன் மழை பொழிந்து நின்றது. அந்தக் கலன்களை எடுத்து வந்து அந்தக் கிரகத்தின் மையத்தில் புதைத்தார்கள். இது போல் நான்கு நாள்கள் செய்தார்கள். அந்தக் கிரகத்திற்கு அருகில் வந்து கொண்டிருந்த விண்கல் திசை மாறிச் சென்றது. அந்தக் கிரகத்தைப் பிடிக்க வந்த வேற்றுக்கிரகவாசிகள் திரும்பிச் சென்றார்கள். ●

ஆசை

வேற்றுக்கிரகத்திலிருந்து ஒரு சிறுவன் பூமிக்கு வந்து சேர்ந்தான். அவன் மிகச்சிறிய உருவத்தில் இருந்ததால் யாரும் அவனைப் பார்க்கவில்லை. அவன் மேலும் குறுகி எறும்பு வடிவத்தில் பூமியைச் சுற்றிப் பார்த்தான். அவனுக்கு எதுவுமே பிடிக்கவில்லை. அப்போது ஒரு சிறுமி அழுது கொண்டு அமர்ந்திருந்தாள். அவள் அருகே சென்ற சிறுவன் மெதுவாக அவளை அழைத்தான். எறும்பு அளவில் இருக்கும் சிறுவனைக் கண்டதும் மட்டுமல்லாமல் அவன் பேசியதைக் கேட்டதும் அவளுக்குக் குதூகலமாகிவிடுகிறது. ஏன் அழுகிறாய் என்று கேட்டான் அவன். தான் பள்ளி செல்ல விரும்பவில்லை, கதைகளைக் கேட்கவும் ஓவியம் வரையவும் மட்டுமே விரும்புவதாகவும் சொன்னாள் அவள். தன்னுடன் வந்தால் வேறு ஒரு கிரகத்திற்குச் செல்லலாம். அங்கே அவள் தனியாக ஆட்சி செய்யலாம் என்றான். அங்கு போவதற்கு அவள் பன்னிரண்டு முத்துகளைக் கொண்டுவர வேண்டும் என்றும் கூறினான். அதை ஏற்று அருகில் இருந்த குளக்கரைக்குச் சென்று நத்தைகளிடம் தனக்குப் பன்னிரண்டு முத்துகள் கிடைத்தால் தான் வேறு ஒரு கிரகத்திற்குச் செல்ல முடியும் என்றும் அதை நத்தைகள் அவளிடம் தரவேண்டும் எனவும் கோரிக்கை வைத்தாள். அவைகளும் பன்னிரண்டு முத்துகளை அவளிடம் கொடுத்தன. அவற்றை அவனிடம் கொடுத்து தன்னை வேற்றுகிரகத்திற்கு அழைத்துச் செல்லக் கேட்டாள். இனி அவள் அங்குத் திரும்ப முடியாது என்றான் அவன். அதையும் ஏற்றுக் கொண்டாள். அவன் மிகச்சிறிய குடை போன்ற கருவியை விரித்தான். அதைப் பிடித்துக் கொள்ளச் சொன்னான். அது அசுர வேகத்தில் அவளைத் தூக்கிக் கொண்டு பறந்தது. அவள் அமர ஓர் இருக்கையும் அதில் விரிந்தது. அவளை ஒரு கிரகத்தில் கொண்டு போய் இறக்கியது. அவளுக்கு அங்கே எல்லாம் பிடித்திருந்தது. பல பழங்கள், காய்கறிகள் இருந்தன. பல குகைகள் இருந்தன.

அவற்றில் நுழைந்தால் பல மாயாஜாலக் காட்சிகள் தோன்றின. அவளுக்கு எல்லாமே விநோதமாக இருந்தாலும் எல்லாமே ஆர்வமூட்டின. அந்தச் சிறுவன் உடன் இருந்தால் இன்னும் மகிழ்ச்சியாக இருக்கும் என்று நினைத்தாள். உடனே அந்தச் சிறுவன் அவள் முன் தோன்றினான். எதற்காக என்னை அழைத்தாய் என்றான். தனியாக இருப்பதை விட அவனுடன் இருந்தால் மகிழ்ச்சியாக இருக்கும் என்றாள். உனக்கு எது கிடைத்தாலும் ஆசை தீர்வதில்லை. அதற்காகவே இந்தக் கிரகத்திற்கு அழைத்து வந்தேன். இங்கும் வந்து கிடைக்காத ஒன்றையே கேட்கிறாய் என்றான். இந்தக் கிரகத்தைச் சுற்றிப் பார். அதில் சில பாதைகள் இருக்கும். அவற்றில் சென்றால் வேறு கிரகங்களுக்குச் செல்லலாம் என்று சொல்லிவிட்டு மறைந்தான். அவளும் அதை ஏற்று அந்தக் கிரகத்தைச் சுற்றி வந்தாள் ஒரு பாதையில் பயணித்தாள். அது ஒரு கிரகத்திற்கு இட்டுச் சென்றது. அங்கு எல்லோரும் முதியவர்களாக இருந்தார்கள். மீண்டும் இளமைத் திரும்ப அவள் உதவ வேண்டும் என்று கோரினார்கள். தன் கிரகத்தில் இருந்த வேரைக் கொண்டு போய் அவர்களுக்குக் கொடுத்தாள். அதை நீரில் போட்டு அருந்தினால் இளமையாகிவிடலாம் என்றாள். அவர்களும் அதைச் செய்து பார்த்தவுடன் அவர்களுக்கு இளமைத் திரும்பியது. அவளை ஒரு தேவதை எனக் கொண்டாடினார்கள். மற்றொரு கிரகத்திற்குச் சென்றாள். அங்கு தவளைகள் மட்டுமே நிரம்பியிருந்தன. தங்களை எல்லோரும் ஒதுக்குவதாகவும் ஞானத்தைப் பெற உதவ வேண்டும் எனவும் அவை அவளிடம் கோரின. அவள் தன் கிரகத்தில் இருந்து பெரிய நூல்களை எடுத்துப் போய்க் கொடுத்து வாசிக்கச் சொன்னாள். அவையும் சில காலம் வாசித்து பல அரிய செய்திகளையும் தகவல்களையும் தெரிந்துகொண்டு ஞானம் பெற்றன. அவளைப் போற்றிப் பாடின. இந்தக் கிரகத்திற்கு வந்ததிலிருந்து எவ்வளவு நல்ல அம்சங்கள் நடந்திருக்கின்றன, பள்ளிக்குச் சென்றிருந்தால் இதெல்லாம் கிடைத்திருக்குமா என்று எண்ணி ஆனந்தப்பட்டுக் கொண்டிருந்தாள். அப்போது அவளுடைய அம்மா அவளைத் தட்டி எழுப்பி ஆயத்தம் செய்து பள்ளிக்குத் துரத்தினாள். ●

கழுகு

பள்ளி செல்லும் போது சிறிது நேரம் காட்டுக்குள் சென்று விளையாடிவிட்டுச் செல்வது அவள் வழக்கம். அன்றும் காட்டில் நுழைந்த சிறிது நேரத்தில் ஓர் அரச மரத்தடியில் ஓர் அங்குல உயரமுள்ள ஆடு, மாடு, ஒட்டகம், நாய், பூனை ஆகிய விலங்குகளைப் பார்த்தாள். அவற்றைக் குதூகலத்துடன் தன் பையில் வைத்துக்கொண்டு பள்ளிக்குச் சென்றாள். அங்கு யாரிடமும் அவற்றைக் காட்டாமல் ரகசியாமாக வைத்திருந்தாள். யாராவது அவற்றை எடுத்துச் சென்று விடுவார்களோ என்று அஞ்சினாள். பள்ளியிலிருந்து வரும் வழியில் ஓர் அட்டைப் பெட்டியை வாங்கி வந்து அந்தக் காட்டிலுள்ள ஒரு குகைக்குள் அந்தப் பெட்டியை வைத்து அவற்றை அதில் போட்டு மூடி வைத்தாள். அவற்றுக்கு உணவு தேடி வைத்துவிட்டு வீட்டுக்கு வந்தாள். இரவு முழுவதும் அவற்றின் நினைவாகவே இருந்தது. இது போல் சிறிய உருவங்களாக அவை எப்படி மாறிவிட்டிருக்கும் என்பதை யோசித்துப் பார்த்தாள். காலையில் அந்தக் குகைக்கு வந்தாள். பெட்டியைத் திறந்தாள். ஒரு மந்திரவாதி அந்தப் பெட்டியிலிருந்து குபீரென்று பெரிதாகி அவள் முன் நின்றான். அந்த விலங்குகளைத் தேடுகிறாயா என்றான். ஆம் என்றாள். என்னுடன் வந்தால் காட்டுவேன் என்றான். அவள் அஞ்சி நடுங்கி அங்கிருந்து ஓட்டமெடுத்து பள்ளி வந்து சேர்ந்தாள். அந்த மந்திரவாதி அந்த விலங்குகளை எதுவும் செய்யாமல் இருக்க வேண்டுமே என்று கவலையாக இருந்தது. பள்ளியின் மேற்கூரைக்குச் சென்று அமர்ந்துவிட்டாள். ஒரு கழுகு அவளருகே வந்தமர்ந்தது. அதனிடம் நடந்ததைச் சொன்னாள். அந்தக் குகைக்குப் பின்புறம் ஒரு வண்டு இருப்பதாகவும் அதற்கு அரச இலையை உண்ணக் கொடுத்தால் அது பெரிதாகிவிடும் எனவும் அதே நேரத்தில்

மந்திரவாதி சிறியதாகிவிடுவான் என்றும் சொன்னது. அப்படியே செய்வதாகச் சொல்லி சிறுமி பதுங்கிப் பதுங்கி குகையின் பின்புறம் சென்று அந்த வண்டைக் கண்டுபிடித்தாள். அதற்கு அரச இலையைக் கொடுத்தாள். அது சாப்பிட சாப்பிட மந்திரவாதி குகைக்குள்ளிருந்து அலறினான். அவன் ஓர் அங்குல உயரமாகி யிருந்தான். அவளைப் பார்த்தவுடன் கடும் சினம் கொண்டான். அப்போது அங்கு வந்த அந்தக் கழுகு அவனைத் தூக்கிக் கொண்டு பறந்தது. அவனை மலை உச்சிக்குக் கொண்டு சென்று கடலில் போட்டது. அப்போது உருவத்தில் சிறியதாக மாறிவிட்டிருந்த ஆடு, மாடு, ஒட்டகம், நாய், பூனை எல்லாம் அவற்றின் இயல்பான தோற்றத்திற்கு வந்துவிட்டிருந்தன. அவள் அவற்றைப் பார்த்து குதூகலித்து அவற்றுக்கு உணவு கொடுத்துவிட்டு வீட்டுக்கு வந்தாள். ●

பறவை

அவன் அலுவலகத்திலிருந்து வீட்டுக்கு வரும் போது அழகான முட்டை ஒன்றைப் பார்த்தான். அதை எடுத்து வந்து பாரத்த போது அது எந்தப் பறவையின் முட்டை என அவனுக்கே தெரியவில்லை. அதனை அடைகாத்து குஞ்சு பொரிக்கலாம் என கோழிக்கூட்டில் போட்டு வைத்தான். கோழி தன் முட்டைகளுடன் அடைகாத்து குஞ்சு பொரித்தது. நெருப்புக் கோழிக் குஞ்சு போல் அதிலிருந்து வெளிப்பட்ட குஞ்சு தென்பட்டது. அதை எடுத்து மிகவும் பாசத்துடன் வளர்த்தான். அவனிடம் அது பெரிதும் ஒட்டிக் கொண்டது. சில வாரங்களிலேயே பெரிய நெருப்புக் கோழி அளவு வளர்ந்துவிட்டது. ஆனால் பார்ப்பதற்கு நெருப்புக் கோழி போலவே அது இல்லை. அது என்ன பறவை என்று அவனும் இணையதளத்திலும் தெரிந்தவர்களிடமும் கேட்டுப் பார்த்தான். அதைப் பற்றிய தகவல் எதையும் அவனால் திரட்ட முடியவில்லை. அடுத்த சில வாரங்களில் அது அசுர வளர்ச்சியைக் காட்டியது. தென்னை மரம் அளவு அது வளர்ந்துவிட்டது. எல்லோரும் அதைப் பார்த்து அஞ்சினர். வன விலங்குத் துறையிடம் புகார் போனதால் அவர்கள் வந்து அதனைக் காட்டில் கொண்டு போய் விட்டனர். அது ஒரு விநோத ஒலியை எழுப்பியது. சில நாள்களில் அது இன்னும் பெரிதாக வளர்ந்துவிட்டதால் காட்டை விட்டு வெளியே வரப் பார்த்தது. வனத் துறையினர் மக்களை எச்சரித்து வைத்திருந்தனர். ஒரு நாள் காட்டை விட்டு வேகமாக நடந்து அவன் இருக்கும் வீட்டை நோக்கி வந்தது. எல்லோரும் வீட்டுக்குள் அடைந்துகொண்டனர். அவனால் இத்தகைய அபாயம் வந்துவிட்டதாக பலரும் அவனை இடித்துப் பேசினர். அது நடந்து வந்தால் வீடுகளுக்குள் அதிர்வு ஏற்பட்டது. அது அவன் வீட்டை வந்தடைந்தது. வீட்டுக்குள் இருந்து அதை அவன் பார்த்துக் கொண்டிருந்தான். அவன் வீட்டைச் சுற்றி வந்தது. ஜன்னல்களில் முகத்தைத் தேய்த்தது. அவன் பயந்து கொண்டே வெளியில் வந்தான். அது வாஞ்சையுடன் அவன் தலையை தன் முகத்தால் தடவியது. பெரும்பாடுபட்டு கீழே அமர்ந்தது. அவனை அதன் கழுத்தில் அமருமாறு முகத்தால் தள்ளியது. அவனும் அதைப் புரிந்துகொண்டு அதன் கழுத்தில் அமர, புதிய ஆற்றல் பெற்றுவிட்டதைப் போல எழுந்து பறக்கத் தொடங்கியது. அந்தக் கிரகத்தைவிட்டே பறந்துபோனது. ●

வணிகம்

பல நூறு ஆண்டுகளுக்கு முன் நடந்த கதை இது. அவள் பல அரிய மணிகளையும் ரத்தினக் கற்களையும் விற்பவள். அத்துடன் வீர தீர பயிற்சிகைளையும் எடுத்திருந்தாள். கடல் கடந்து தனியாகக் கப்பலில் சென்று பல இடங்களில் வணிகத்தை முடித்துவிட்டு வந்துவிடுவாள். எப்போதும் எதற்கும் அவள் அஞ்சியதே இல்லை. தன்னிடமுள்ள புறாக்களைப் பல திசைகளுக்கும் அனுப்பி மணிகளும் கற்களும் தேவைப்படுபவர்கள் பற்றிய விவரத்தைச் சேகரிப்பாள். அவர்கள் அந்தப் புறாக்களின் கால்களில் அவர்கள் இருக்கும் திசை அந்த இடத்தின் பெயர் போன்றவற்றைக் குறிப்பிட்டு அனுப்பிவிடுவார்கள். அவர்கள் குறிப்பிடும் ஓலைகளில் இருக்கும் குறிப்புகளை வைத்து அவர்கள் இருக்கும் இடங்களை அவள் ஊகிப்பதோடு வழியில் எந்தெந்தத் துறைமுகங்கள் வருகின்றன என்பதையும் அந்தப் புறாக்களை அனுப்பி அறிந்துகொள்வாள். மேலும் அவள் செல்லும் திசையில் இருப்பவர்களுக்குத் தன்னிடம் உள்ள மணிகள் தேவையா என்பதையும் அந்தப் புறாக்களில் வரும் ஓலைகள் மூலம் தெரிந்துகொள்வாள். ஒரு முறை கடலில் பயணம் மேற்கொண்டால் பல இடங்களுக்கும் சென்று வணிகத்தை முடித்துவிட்டு வருவாள். ஒரு முறை இப்படி ஓரிடத்திற்குச் சென்று மாணிக்கங்களை விற்கப் போனாள். அந்தத் துறைமுகத்தில் இவள் இறங்கும் போது இவளுக்காகக் காத்து நின்ற வணிகன், இவளைப் பார்த்ததும் மனதைப் பறிகொடுத்தான். அவளைத் தன்னுடன் தங்கிவிடுமாறும் தன்னைத் திருமணம் செய்துகொள்ளுமாறும் பிடிவாதம் பிடித்தான். தன்னுடன் வாள் சண்டையிட்டு வென்றால் அவனைத் திருமணம் செய்துகொள்வதாக அவள் சொன்னாள். அவனும் அதற்கு இணங்கினான். வாள் பயிற்சியே தெரியாதவன் ஒரு பெண்ணை வெல்வது எளிது என்று எண்ணிக் கொண்டான். அவள் முதல் சுற்றிலேயே அவனை நிராயுதபாணி ஆக்கிவிட்டாள். அவனுக்குத் தோல்வியால் நேர்ந்த அவமானமும் பெண்ணிடம்

தோற்றுவிட்டோமே என்ற வெட்கமும் அவளை அடையமுடியாது என்ற துக்கமும் இணைந்து உடனே அவளிடம் இருந்த வாளைப் பறித்து தன் தலையைக் கொய்து உயிரை மாய்த்துக் கொண்டான். அவளால் இதைத் தாங்க முடியவில்லை. அங்கிருந்து கிளம்பி வந்துவிட்டாலும் அவன் நினைவு அவளை வாட்டி வதைத்தது. அவளுடைய செல்வங்கள் எல்லாவற்றையும் எடுத்துக் கொண்டு அவன் இருந்த இடத்திற்கே சென்றுவிட்டாள். அங்கேயே தங்கி பலருக்கும் வாள் பயிற்சி அளித்தாள். தன் வணிகத்தைப் பலருக்கும் கற்றுக் கொடுத்தாள். மண்ணால் அவன் சிலையைச் செய்து வைத்துக் கொண்டு அதை உயிருடன் இருக்கும் மனிதன் என்பது போல பாவித்தாள். அவள் ஏன் அங்கு வந்து இதையெல்லாம் செய்கிறாள் என யாருக்கும் புரியவில்லை. அவள் யாரிடமும் சொல்லவில்லை. முதுமை அடைந்தபின் அவன் இறந்த கடற்கரைக்குச் சென்று கடலில் பாய்ந்து உயிரைவிட்டாள். ●

கடற் பயணம்

அவன் எப்போதும் சுற்று வட்டாரத்திலுள்ள நூலகங்களுக்குச் சென்று வாசிப்பதை விரும்புவான். அங்கிருக்கும் புனைவுகளை வாசிக்கும்போது அதில் முழுவதுமாக ஈடுபட்டு அது தன்னைப் பற்றிய புனைவாகவே கற்பனை செய்துகொள்வான். தன்னுடைய கற்பனையையும் சேர்த்து அந்தக் கதையை வாசிப்பது பெருமகிழ்வை அவனுக்குத் தந்தது. அன்று அவன் எடுத்த கதை கடற் பயணங்களில் நடந்த சாகசங்களைப் பற்றியதாக இருந்தது. அது ஒரு பெரிய கப்பல். அதைச் செலுத்தும் தலைவனாக அவன் இருந்தான். அந்தக் கப்பலில் எல்லா வசதிகளும் இருந்தன. அத்தனைப் பெரிய கப்பலைச் செலுத்துவது அவனுக்குப் பெருமிதம் தந்தது. உலகைச் சுற்றி வரும் பயணம் அது. பூமியின் தென் பகுதியில் ஒரு வட்டமாகச் சுற்றி வரும் பயணமாக அது திட்டமிடப்பட்டது. அதற்குத் தகுந்தாற் போல உணவு மற்றும் பிற பொருள்கள் கப்பலில் ஏற்றிக் கொண்டு வரப்பட்டன. பொருள்கள் தீர்ந்தால் அருகில் இருக்கும் துறைமுகங்களுக்குப் படகுகளை அனுப்பி வாங்கி வர ஏற்பாடு செய்யப்பட்டிருந்தது. அதில் நூறு பேர் மட்டுமே பயணிக்கத் தீர்மானிக்கப்பட்டது. பயணம் தொடங்கும் போது பெரிய விழா போல் வழியனுப்புதல் நடைபெற்றது. கப்பல் நடுக்கடலுக்கு வந்த போது மாலை ஆகிவிட்டிருந்தது. தூரத்தில் இடி முழக்கம் கேட்டது. புயல் வர வாய்ப்பிருப்பது போல் தெரிந்தது. கப்பலின் தயாரிப்பு நிலையை அவன் ஒரு முறை சரிபார்த்தான். கப்பல் நல்ல நிலையில் இருந்தது. தூரத்தில் கேட்ட இடி முழக்கம் அடுத்த ஐந்து நிமிடத்தில் கப்பல் இருக்கும் இடத்திற்கு அருகே வந்துவிட்டது. கப்பல் லேசாக நடுங்கத் தொடங்கியது. அவனுக்கு அந்த நடுக்கம் எதனால்

ஏற்பட்டிருக்கிறது எனப் புரியவில்லை. புயல் மழை கடுமையாகப் பெய்தது. கடல் கொந்தளிப்பும் பயங்கரமாக இருந்தது. கப்பல் ஆட்டம் கண்டது. கப்பலில் இருந்தவர்கள் மிகவும் அச்சம் அடைந்தார்கள். அந்த ஆபத்திலிருந்து தப்பிக்க அவன் ஓர் உபாயத்தைச் சொன்னான். தான் ஒரு சுறா வளர்த்ததாகவும் அதனை அழைத்து தங்களிடம் உள்ள உணவை அளித்தால் அது கப்பலைப் பாதுகாப்பாக இழுத்துச் செல்லும் என்றும் சொன்னான். அதை அனைவரும் ஏற்றார்கள். அவன் கப்பலின் மேல் தளத்திற்கு வந்து அந்தச் சுறாவை எப்போதும் அழைக்கும் வகையில் அழைத்தான். உடனே அது கப்பல் அருகே வந்தது. அவர்கள் வைத்திருந்த உணவை அதற்கு வழங்கினார்கள். அது பெரிதும் மகிழ்ந்தது. ஒரு பெரிய கயிறைக் கப்பலுடன் கட்டி அதனை சுறாவை நோக்கி வீசினார்கள். அது தாவிப் பிடித்துக் கொண்டது. கப்பலை இழுத்துக் கொண்டு நகர்ந்தது. புயல், மழை நிற்கும் வரை அது கப்பலை இழுத்து வந்தது. கப்பல் பாதுகாப்பாக பயணத்தைத் தொடர்ந்தது. இந்தக் கதையை வாசித்து முடித்த பின் தான் வளர்த்த சுறாவை நல்லவேளையாகக் கதைக்குள் கொண்டு வர முடிந்ததை எண்ணி மகிழ்ந்து போனான். ●

திருமணம்

அவள் சிறுவயதிலிருந்தே டென்னிஸ் விளையாடக் கற்றுக் கொண்டாள். அவளுக்குக் கற்றுக் கொடுத்த குரு அவள் ஆண்கள் விளையாடுவது போல் விளையாடுகிறாள் என்று கூறுவார். அவளுக்கு உலக அளவில் டென்னிஸ் விளையாட விருப்பம் இருந்ததால் வெளி நாட்டுக்குச் சென்று டென்னிஸ் பயிற்சி மேற்கொண்டாள். இளம் வயதிலேயே மிகவும் தேர்ச்சி பெற்ற டென்னிஸ் வீராங்கனை ஆகிவிட்டாள். பெரிய க்ராண்ட் ஸ்லாம் போட்டியில் நுழைந்தாள். மூத்த டென்னிஸ் ஆட்டக்காரர்களே அவளுடன் விளையாடத் திணறினர். அப்போது ஒரு பெண், முதல் நிலை ஆட்டக்காரராக இருந்தார். அவருடன் அந்த க்ராண்ட் ஸ்லாம் போட்டியின் நான்காவது சுற்றில் விளையாடும் படி இருந்தது. அதில் கடுமையான போராட்டம் நடந்தது. இருவரும் விட்டுக் கொடுக்காமல் விளையாடினார்கள். அந்தப் பெண் தோல்வி அடைந்தார். அவரால் நம்பவே முடியவில்லை. ஓர் இளம் பெண் தன்னைத் தோற்கடிக்கக்கூடிய திறமை பெற்றவராக எப்படி வந்தார் என மீண்டும் மீண்டும் யோசித்துப் பார்த்தார். அவள் விளையாடிய காணொலியைத் திரும்பத் திரும்பப் பார்த்தார். அதில் ஏதோ ஒரு சந்தேகம் அவருக்குத் தோன்றியது. அவள் பெண்ணா என்பதைச் சோதிக்கவேண்டும் எனப் புகார் கொடுத்துவிட்டார். அவளிடம் இது குறித்து விசாரணை நடத்தினர். அப்போதுதான் அவள் திருநங்கை என்பது தெரியவந்தது. திருநங்கையிடம் தோற்றதை ஏற்க முடியாது என அந்தப் பெண் டென்னிஸ் வீராங்கனை வழக்குத் தொடுத்தார். திருநங்கை பெண் மட்டும் அல்ல. அவர்களுக்குள் ஆணின் சக்தியும் இருக்கும், அதனால் அவர்கள் பெண்களுடன் விளையாடுவதை ஏற்க முடியாது. அவள் ஏமாற்றி பெண்களுடனான

போட்டியில் கலந்துகொண்டுவிட்டாள் என அந்த வீராங்கனைத் தரப்பில் நீதிமன்றத்தில் வாதிடப்பட்டது. திருநங்கை என்பதை முன்பே சொல்லவில்லை என்பது குற்றம் என நீதிமன்றம் தீர்ப்பு கூறியது. மேலும் திருநங்கைகளுக்கு என்று தனியாகப் போட்டி நடத்தவேண்டும் எனவும் ஆண்களுடன் அவர்களால் விளையாடி வெல்ல முடியாது, ஆனால் பெண்களுடன் அவர்களால் வெல்ல முடியும் என்பதால் அது சமநிலையான போட்டியாக இருக்காது எனவும் நீதிமன்றம் சொல்லிவிட்டது. அவள் செய்த குற்றத்திற்காக அந்த நாட்டு சட்டப்படி ஓராண்டு சிறைத் தண்டனை விதிக்கப்பட்டது. அவளை வந்து சந்தித்த அவளுடைய தோழன் அவள் சிறைத் தண்டனை முடிந்து வெளியே வந்தவுடன் திருமணம் செய்துகொள்ளலாம் என்றான். அவளுக்கு ஆச்சரியமாக இருந்தது. அவளுக்கு நேர்ந்த அவமானத்தை அவனுடைய சொல் துடைத்துவிட்டது போல் எண்ணினாள். அவனுடைய மனப்பக்குவத்தை நினைத்து ஆறுதலாக உணர்ந்தாள். ●

மாற்றம்

புதிதாகத் திருமணமாகி அந்த வீட்டுக்கு வந்தவுடனே அவன் எதிர் வீட்டில் இருந்த அவளைப் பார்த்தான். அவளை அவனுக்கு மிகவும் பிடித்தது. அவளை எப்படி அடைய முடியும் எனத் திட்டமிட்டான். தன் மனைவி இருக்கும்வரை அது முடியாது என்பதால் அவளைத் தீர்த்துக்கட்டத் தீர்மானித்தான். தான் சிறுவயதில் காட்டில் சந்தித்த ஒரு மூலிகை மருத்துவரிடம் சென்று தன் மனைவிக்கு மிகவும் உடல்நிலை நலிவுற்றுவிட்டது எனவும், அவள் மெதுவாக இறக்கும் வகையில் ஏதாவது மருந்திருந்தால் தரும்படியும் கேட்டு வாங்கி வந்தான். அதை சிறிது சிறிதாகக் கொடுத்தால் ஓராண்டுக்குள் அவள் இறந்துவிடுவாள் எனவும், யார் அதைச் சாப்பிட்டாலும் இறப்பு நிச்சயம் எனவும் சொல்லி அந்த மருத்துவர் கொடுத்தார். அவனும் மனைவிக்கு அவள் அறியாமல் அதைக் கொடுத்து வந்தான். சில நாள்களிலேயே அவள் படுத்த படுக்கையாகிவிட்டாள். அவன் எதிர் வீட்டில் இருந்த அவளை உதவிக்கு அழைத்தான். அவள் அவன் மனைவியைப் பார்த்துக் கொள்வது, சமையல் செய்வது என மிகவும் ஒத்துழைப்பு கொடுத்தாள். அவளிடம் ஒரு நாள் தன்னைத் திருமணம் செய்து கொள்ள முடியுமா என்று கேட்டான். அவள் சிரித்துக்கொண்டே போய்விட்டாள். அவனால் அவள் சிரிப்பின் பொருளைப் புரிந்துகொள்ள முடியவில்லை. இன்னும் சில நாளில் அவன் மனைவி நிலைமை மிகவும் மோசமாகிவிட்டதால் அவன் நேரடியாக அவளிடம் ஏன் தன்னைத் திருமணம் செய்வது பற்றி அவள் எதுவும் கூறவில்லை என்று கேட்டான். அவளோ தன்னை ஏன் திருமணம் செய்தோம் என அவன் பிறகு நொந்து போகக்கூடும் என்று கூறிவிட்டுச் சென்றாள். அவனால் அவள் சொல்வதைப் புரிந்துகொள்ளவே முடியவில்லை. அவன் மனைவி இறந்தபின் எதிர்வீட்டுக்குச் சென்று அவளுடைய

பெற்றோரிடம் அவளைத் திருமணம் புரிய விரும்புவதாகச் சொன்னான். அவர்கள் அவன் மனப்பக்குவத்தையும் பெரிய மனதையும் பாராட்டி உடனடியாகச் சம்மதம் சொன்னார்கள். அவர்கள் எதற்காகப் பாராட்டுகிறார்கள் என்பதை அவனால் புரிந்துகொள்ள முடியவில்லை. திருமணம் முடிந்த முதல் நாள் அவள் அவனிடம் வந்து தன்னை ஏற்றுக் கொண்டதற்கு நன்றி தெரிவித்துவிட்டு, எப்படி இந்த மனப்பக்குவத்தை அடைந்தான் என்று கேட்டாள். எதற்காக மனப்பக்குவம் அடையவேண்டும் நான் அடைய வேண்டும் என்று கேட்டான். தான் ஒரு திரு நங்கை என்பது தெரிந்தும் எப்படி அவன் மணந்துகொண்டான் என்று கேட்டாள். அவன் அதிர்ச்சியில் ஒன்றும் புரியாமல் விழித்துவிட்டு தன் மனைவியின் படத்தை ஏறிட்டுப் பார்த்தான்.

●

சாதனை

அவள் சிறுமியாக இருந்தபோதே வேகமாக ஓடுவாள். அவளை எப்படியாவது ஓட்டப்பந்தய வீராங்கனையாக்கி நாட்டுக்குப் பெருமைச் சேர்க்கவேண்டும் என அவளுடைய பெற்றோர் நினைத்தனர். அவளை ஒரு விளையாட்டு குழுமத்தில் சேர்த்தனர். அவள் ஓடுவதைப் பார்த்து அவர்கள் மிகவும் ஆச்சரியப்பட்டு அவளை மிகப்பெரிய வீராங்கனையாக்கிவிடுவதாக உறுதி கொடுத்தனர். அவளுக்கு சில ஊசிகள் போட்டால் அவள் திறமை மேலும் வளரும் என அவர்கள் சொன்னார்கள். அவளுக்கு ஊசி போட்ட மூன்றாவது நாள் அவளுக்கு எல்லாமே தலைகீழாகத் தெரிந்தது. அது அந்த மருந்தின் விளைவு என்றும் அது சில நாள்களில் சரியாகிவிடும் என்றும் சொல்லிவிட்டார்கள். அதன் பிறகு அவளுக்கு அந்த வகையான சிக்கல் வரவே இல்லை. அவள் இளம்பெண்ணாகி ஒலிம்பிக் பந்தயத்தில் கலந்துகொண்டாள். முதல் பந்தயத்திலேயே அவள் தங்கப் பதக்கம் வென்றாள். அதன் பின் மூன்று முறை அவள் தங்கம் வென்றாள். அதன் பின் அவளுக்கு மீண்டும் எல்லாமே தலைகீழாகத் தெரிந்தன. அவளால் நடக்கவே முடியவில்லை. அதற்கான காரணம் என்னவென்று யாருக்கும் புரியவில்லை. அவள் மிக இளம் வயதிலேயே விளையாட்டு வாழ்க்கை முடிவுக்கு வந்தது எல்லோருக்கும் பெரும் துயரத்தைத் தந்தது. அவளை அருகில் இருந்த ஒரு மருத்துவர் வந்து பார்த்தார். அவளுடைய ரத்தத்தைச் சோதனை செய்து பார்த்தார். அவளுடைய இளம் வயதில் ஏதாவது மருந்து கொடுத்தார்களா என்று கேட்டார். அவளுக்கு ஏதோ ஊசி மருந்து கொடுத்த பின்தான் அந்த நோய் வந்ததாக அவள் பெற்றோர் சொன்னார்கள். அவள் விளையாட்டுத் திறனை ஊக்கப்படுத்த போடப்பட்ட ஊசி அது என்றும் பின்னாளில் பல சிக்கல்களை ஏற்படுத்தும் என்று தெரிந்தும் அது போடப்பட்டிருக்கிறது என்றும்

முபீன் சாதிகா

அவர் சொன்னார். நாட்டிற்காக அவள் தங்கம் வெல்ல அவளைப் பயன்படுத்தியிருக்கிறார்கள் என்று அவளது பெற்றோரிடம் அவர் குறைபட்டுக் கொண்டார். அவள் விளையாட்டுப் பயிற்சி பெற்ற குழுமத்தினர் வந்து அவளுக்குச் சிறு வயதில் ஊசி போட்டதைக் குறித்து யாரிடமும் சொல்லக் கூடாது என அச்சுறுத்திச் சென்றனர். ஆனாலும் அவள் கடைசியாக ஒருமுறை ஓட்டப் பந்தயத்தில் பங்கெடுக்க வேண்டும் என்றும் வலியுறுத்தினர். அவளும் வேறு வழியில்லாமல் அதில் கலந்துகொண்டாள். கண்ணை மூடிக் கொண்டு ஓடி முடிக்கும்போது விழுந்து இறந்து போனாள். அவள் அந்தப் பந்தயத்தில் ஓடிய வேகத்தை அதன் பின் யாராலும் முறியடிக்க முடியவில்லை. ●

பூச்சி

வேற்றுக் கிரகத்தினரால் ஒரு தாக்குதல் அவர்கள் மீது வந்தது. அந்த வேற்றுக்கிரகவாசிகள் அவர்கள் கிரகத்தில் மிகச்சிறிய பூச்சிகளைக் கொண்டு வந்து விட்டுச் சென்றனர். அவை அந்தக் கிரகத்தில் உள்ளவர்களின் ரத்தத்தை உறிஞ்சிக் கொள்ளும் தன்மை வாய்ந்தவை. உடலில் இருக்கும் ரத்தம் முழுக்க உறிஞ்சிய பின்தான் அவை வேறு உடலுக்குச் செல்லும். இதனால் மரணங்கள் நிகழ்ந்தன. பலரும் ரத்தம் இன்றி உயிரிழந்திருப்பது பெரிய அதிர்ச்சியை ஏற்படுத்தியது. எப்படி ரத்த இழப்பு ஏற்படும் என்பது புரியாத புதிராக இருந்தது. அதை யாராலும் கண்டுபிடிக்கவே முடியவில்லை. ஒரு பெண் தன் மீது ஒரு சிறிய பூச்சி ஊர்வதைப் பார்த்து அதைத் தட்டிவிட அது திரும்பத் திரும்ப அவள் மீது ஏறப் பார்த்திருக்கிறது. அதை ஒரு பெட்டியில் போட்டு எடுத்துவந்து மருத்துவரிடம் கொடுத்திருக்கிறாள். அது வெறும் பூச்சி என்று மருத்துவர் உதாசினப்படுத்திவிட்டார். அந்த மருத்துவமனையில் அதன் பின் பத்து மரணங்கள் நிகழ்ந்தன. அந்த மருத்துவருக்கு அதன் பின்தான் சந்தேகம் எழுந்தது. இரத்தத்தைப் போன்ற அடர்த்தியும் அதே வேதிப் பொருள்களும் கொண்ட திரவத்தைத் தனது சோதனைச் சாலையில் உருவாக்கி இவர்களைப் போன்ற பொம்மை ஒன்றைச் செய்து அதில் ஊற்றி வைத்தார். சில நிமிடங்களில் அந்தத் திரவம் காணாமல் போனது. மீண்டும் அந்தத் திரவத்தை ஊற்றினார். மீண்டும் காணாமல் போனது அது எப்படி காணாமல் போகிறது என்பதை அறிய ஒரு புகைப்படக் கருவியில் அந்தப் பொம்மையின் காணொலியை எடுத்துப் பார்த்தார். அதில் திரவத்தை ஒரு பூச்சி உறிஞ்சிக் கொண்டிருந்தது தெரிந்தது. அது அந்தப் பெண் கொண்டு வந்த பூச்சிதான் எனத் தெரிந்தது. உடனடியாக அந்தத் திரவத்தை அதிக அளவு உற்பத்தி செய்து பல பொம்மைகள் செய்து ஒரு பெரிய மைதானத்தில் நிற்க வைத்தார்கள். திரவம் காலியாகும் போது நிரப்புவதற்கு அதில் குழாய் இணைப்பைக் கொடுத்துவிட்டார்கள். மரணங்கள் நிகழ்வது குறைந்தது. வேற்றுக்கிரகவாசிகள் தங்கள் முயற்சி தோல்வி அடைந்ததால் திரும்ப வந்து அந்தப் பூச்சிகளை எடுத்துச் சென்றுவிட்டார்கள். ●

முபீன் சாதிகா

சண்டை

அவள் அந்தச் சொல்லைப் பயன்படுத்தி இருக்கக்கூடாது.
அப்படிக் கேட்டால் வேறு என்னப் பதில் சொல்வது
எப்போதும் அவளுக்கு அகங்காரம் அதிகம்.
ஒரு நாளாவது தன் நிலையை விட்டு கீழிறங்கி வந்திருப்பாரா..
நான் எதற்கு அவளுக்காக விட்டுக்கொடுக்க வேண்டும்.
எப்போதும் ஏவல் செய்வதைப் பழகிவிட்டார்.
அவளுடைய நன்மைக்காகத் தானே கோபப்படுகிறேன்.
சுயநலமும் தன்வீட்டு நலமும் மட்டுமே அவருக்கு முக்கியம்.
அவள் வீட்டாரை ஒருநாளும் விட்டுக் கொடுத்ததில்லை.
அதில் என்ன தவறு..
இப்போது எதற்கு இவள் இசைப் பயிற்சிக்குப் போகவேண்டும்.
என் திறமைகளை நான் வளர்த்துக் கொள்ளவே கூடாது.
இவள் பாடி யார் கேட்பது.
என் திறமைகள் எதுவுமே வெளியில் தெரியக்கூடாது.
இவள் பாடுவதைக் கேட்டால் எல்லோரும் சிரிப்பார்கள்.
இவர் பாராட்டும்படி நான் என் திறமையைக் காட்ட முடியாது.
   ஆர்வக்கோளாறால் பாடினால் பரவாயில்லை. முருகன் கனவில் வந்து பாடச் சொன்னதாகச் சொன்னால் எப்படி ஏற்பது.

ஒருவருடைய கனவில் இது போன்ற அதிசயங்கள் நடக்கவே நடக்காதா

இவள் ஒன்றும் அதிசயப் பெண் இல்லை.

என் அதிசயத்தை இவரிடம் நான் நிரூபிக்க வேண்டியதில்லை.

நேற்று வரை ஒரு சாதாரண குடும்பப் பெண்ணாக இருந்துவிட்டு ஒரே இரவில் இசை வல்லுநர் ஆகிவிட்டதாகக் கற்பனை செய்வது எப்படிப் பொருந்தும்.

முருகனின் அருள் இருந்தால் எல்லாம் சாத்தியம்தான்.

எனக்கு முருகன் போன்ற எந்தக் கடவுளின் அருளும் கிடைப்பதில்லை.

அதிலும் போட்டியா.

இசை பயிலட்டும் கச்சேரி செய்யட்டும் யாராவது இவள் பாடுவதைக் கேட்டு சிரித்துவிட்டால் அத்துடன் இசை நிகழ்ச்சி நடத்துவதை நிறுத்திவிடவேண்டும்.

என் இசை கேட்டு பாராட்டினால் இனி என் வழியில் தலையிடக் கூடாது.

நான் சரியான பெண்ணைத் தேர்ந்தெடுக்கவில்லை.

நான் சரியான ஆணைத் தேர்ந்தெடுக்கவில்லை. ●

வாகனம்

அவன் இதுவரைப் பார்த்திராத வாகனங்களைத் தயாரிப்பவன். நான்கு சக்கர வாகனங்களில் பெரியவை, சிறியவை, பேருந்துகள், ரயில் வண்டிகள், விமானங்கள் என்று அவன் எல்லா வண்டிகளையும் உற்பத்தி செய்பவன். ஒரு வண்டி போல மற்றொரு வண்டியைச் செய்யமாட்டான். ஒவ்வொன்றும் ஒரு புதிய மாதிரியாக இருக்கும். அதன் சிறிய வடிவத்தை முதலில் செய்து காட்டுவான். அதேபோல் பெரிய வண்டியைச் செய்து தருவான். மேலும் எந்த வண்டியும் இரும்பாலோ கடினமான பொருளாலோ அவன் செய்வதில்லை. மரத்தாலான பிசினில்தான் வண்டிகளைச் செய்வான். அதற்கு எனத் தனியாக மரங்களை வளர்க்கிறான். அவை ரப்பர் போன்ற பிசினை உருவாக்குபவை. அந்தப் பிசினை வெட்டி எடுத்து அதை வண்டி வடிவில் உருவாக்குவதற்கான அச்சில் வார்ப்பான். அது வண்டியாக மாறிவிடும். அதில் எரி பொருளை அவன் பயன்படுத்துவதில்லை. மின்னணு அல்லது மின்காந்த அலைகள் மூலம் அந்த வண்டிகள் ஓடும். அதனால் காற்று மாசு இல்லாமல் போனது. அது மட்டும் அல்லாமல் அந்த வண்டிகள் ஒன்றோடு ஒன்று மோதினால் எந்தப் பாதிப்பும் இருக்காது. தீப்பிடிக்காது. மென்மையாக மோதி நின்றுவிடும். அது தவிர அந்த வண்டிகள் சாலையில் செல்லும், நீரில் நீந்தும், வானத்தில் பறக்கும். ஒரே வண்டி இத்தனையும் செய்யும். அதில் மற்றும் ஒரு குறிப்பிடத்தக்க அம்சம் என்ன வென்றால் அதனை மடக்கி சிறியதாக்கி வீட்டில் வைத்துக் கொள்ளலாம். வெளியில் கொண்டு வந்து விரித்து பெரிதாக்கிக் கொள்ளலாம். திருட்டு பயமும் இருக்காது. இப்படிப்பட்ட வண்டிகளில் தங்குவதற்கு வீடு போன்ற ஏற்பாடுகளும் இருந்தன. தண்ணீரில் மிதக்கும் வீடுகளாகவும் அவை இருந்தன. ஒரு வாகனம் வாங்கினால் தங்குவதற்கும், பயணிப்பதற்கும், பறப்பதற்கும், நீந்துவதற்கும் என எல்லாவற்றிற்கும் பயன்படுவதால்

அது அதிகமாக விற்பனையானது. அதற்காகவே அவன் நிலங்களை வாங்கி மரங்களை வளர்த்தான். உலகத்தில் பாதி நிலங்கள் அவன் வளர்க்கும் மரங்களுக்கானதாகவே இருந்தன. பலர் இரண்டு அல்லது மூன்று வாகனங்களைக் கூட வாங்கிக் கொண்டார்கள். அடுத்த புதிய முயற்சியாகக் குழந்தைகளுக்கான வாகனங்களை அவன் உருவாக்கினான். அவற்றை வாங்கி பெற்றோர் குழந்தைகளுக்குக் கொடுத்தார்கள். சாலைகளிலும் ஆகாயத்திலும் நீரிலும் வாகனங்கள் மட்டுமே காட்சி அளித்தன. எல்லாப் போக்குவரத்து வழிகளிலும் கடும் வாகன நெரிசல் ஏற்பட்டது. ஒருவருக்கொருவர் பெரிய எதிரிகளாயினர். மிகப்பெரிய போர் வெடித்தது. ●

தாயம்

பாட்டிக்கு தாயம் விளையாடுவதில் மிகப்பெரிய திறமை இருந்தது. அவளுடன் யாரும் விளையாடி வெற்றி பெறவே முடியாது. அவளுடைய காய் நகர்த்தலும் சோழிகளை உருட்டி அவள் போடுவதில் கிடைக்கும் எண்களும் அவளுக்கு எப்போதும் வெற்றியை ஈட்டித் தந்தன. அவளுடைய ஆட்டத்தை ஒரு சிறுமி பல நாள்களாகப் பார்த்து வந்தாள். ஒரு நாள் பாட்டி தன்னுடன் யாராவது போட்டியிட்டு வென்றுவிட்டால் தன்னுடைய பழைய நகை ஒன்றைத் தருவதாகச் சவால்விட்டாள். அந்தச் சிறுமி அதனை ஏற்று தாயம் விளையாட வந்தாள். அவள் விளையாடியது பாட்டி விளையாடியது போலவே இருந்தது. பாட்டி சிறிது நேரத்தில் திக்குமுக்காடினாள். அந்தச் சிறுமியின் அனாயசமான காய் நகர்த்தல்களைக் கண்டு பாட்டிக்கு நடுக்கம் ஏற்பட்டது. அவளுடைய பழைய கதைகளைச் சொல்லி சிறுமியின் கவனத்தைத் திசைத் திருப்பப் பார்த்தாள். சிறுமிக்கு ஆட்டத்தின் மீது மட்டுமே முழுமையான கவனம் இருந்தது. இருவருக்கும் இடையில் கடும் போட்டி நிலவியது. அதைப் பார்த்துக் கொண்டிருந்தப் பெண்கள் பலர் பாட்டியிடம் அந்தச் சிறுமி எப்படியாவது வென்றுவிட வேண்டும் என நினைத்தார்கள். அவளை உற்சாகப்படுத்தினார்கள். அதைக் கண்ட பாட்டிக்கு பெரும் துயரம் ஏற்பட்டது. தன்னை வீழ்த்த ஏன் இத்தனை பேர் துடிக்கிறார்கள் என்ற வருத்தம் உண்டாகி கண்களில் நீர் கசிந்தது. பாட்டி தோல்வி பயத்தில் அழுகிறாள் என்று அங்கிருந்தவர்கள் எண்ணிக் கொண்டார்கள். பாட்டிக்கு உண்மையில் தோல்வி பயமும் இருந்தது. பாட்டிக்கு அந்தச் சிறுமியிடம் தோற்றால் பெரிய அவமானம் ஏற்படும் என்ற எண்ணம் ஏற்பட்டது. மேலும் இனிமேல் எத்தனை வெற்றி பெற்றாலும் இதில் தோற்றது

மட்டுமே எல்லோருக்கும் நினைவில் இருக்கும் என்ற சிந்தனை ஓடிக் கொண்டிருந்தது. ஆட்டத்தை நிறுத்திவிட்டுப் போய் விடலாமா என்று ஒரு கணம் யோசித்தாள். அது தோல்வியை விட அதிகமாக எள்ளி நகையாடப்படும் என்று நினைத்து அந்த எண்ணத்தைத் தவிர்த்தாள். அந்தச் சிறுமி சிறிது தயங்கி யோசித்து காய்களை நகர்த்திக் கொண்டிருந்தாள். அவள் பின் தங்குகிறாள் என்று பாட்டி எண்ணினாள். தன் ஆட்டத்தை வேகப்படுத்தினாள். இருந்தாலும் சிறுமி அதற்கும் ஈடு கொடுத்து ஆடத் தொடங்கினாள். பாட்டியின் வெற்றி ஒரே ஒரு முறை மட்டுமே சோழியை உருட்டி பெறப் போகும் எண்ணைப் பொருத்ததாக அமைந்தது. ஆனால் சிறுமி உருட்டி பெற்ற எண்ணால் பாட்டியின் காய் வெட்டுப் பட்டது. சிறுமி வென்று விட்டாள். பாட்டி குலுங்கிக் குலுங்கி அழுதாள். தன் அறையில் போய்ப் படுத்துக் கொண்டாள். எல்லோரும் சிறுமியைக் கொண்டாடினார்கள். சிறிது நேரம் கழித்து பாட்டியிடம் வந்த சிறுமி அவளைத் தடவி தன்னை மன்னிக்கும் படிச் சொன்னாள். அவளிடம் கற்றப் பாடத்தில்தான் அந்த விளையாட்டை விளையாட முடிந்ததாகச் சொன்னாள். இனிமேல் தான் அவளுடன் எப்போதுமே விளையாடப் போவதில்லை அதனால் பாட்டி அழக்கூடாது எனக் கேட்டுக் கொண்டாள். அப்படி விளையாடினாலும் தான் தோற்றுப் போகப் போவதாக அவள் சொன்னாள். அவளுடைய பேச்சைக் கேட்டு பாட்டிக்கு ஆச்சரியமாகி தன் பெட்டியில் வைத்திருந்த நகையை எடுத்துக் கொடுத்து விட்டாள். ●

ஊடுருவல்

அவன் கணினியில் ஊடுருவுவதில் மிகவும் திறமையானவன். பல நாடுகளிலுள்ள வங்கிகள், பாதுகாப்புத் துறை கணினிகள், இணையதளங்கள் என்று பலவற்றையும் ஊடுருவி தனக்குத் தேவையானதை எடுத்துக் கொண்டிருக்கிறான். இதனால் பல கோடி ரூபாய் இழப்பு பல நாடுகளைச் சேர்ந்தவர்களுக்கு ஏற்பட்டிருக்கிறது. அவனைப் பிடிக்க யாராலும் முடியவில்லை. அவன் ஒரே கணினியிலிலிருந்து ஊடுருவலை நடத்துவதில்லை. மேலும் அவன் ஒரே இடத்திலும் இருப்பதும் இல்லை. அவனுக்கு இப்படி பல நாடுகளின் கணினியில் இருப்பதை ஊடுருவி பணம் மற்றும் பிற தகவல்களை எடுத்துக் கொண்டாலும் ஏதோ ஒரு குறை இருந்துகொண்டே இருந்தது. அவனுக்கு ஏதோ முழுமை யடையாதது போன்ற எண்ணம் எப்போதும் இருந்தது. அப்போது அவனுடைய ஊடுருவல் வேலையைத் தெரிந்த ஒரு நண்பன் அவனுடன் பேசி ஒரு கணினியை ஊடுருவுமாறு கேட்டுக் கொண்டான். அதில் இருக்கும் தகவலை அவன் எடுத்துவிட்டால் அவன் கேட்பதைக் கொடுப்பதாகச் சொன்னான். அவனும் அதை ஏற்று அந்தக் கணினியை ஊடுருவ முயன்றான். இதுவரை அவன் எந்தக் கணினியையும் ஊடுருவ சிரமப்பட்டதே இல்லை. இதுவே அவனுக்குப் பெரிய சவாலைத் தரும் முதல் கணினியாக இருந்தது. அதன் கடவுச் சொல்லை உடைக்க அவன் எடுத்த முயற்சி வீணானது. நான்கே எழுத்துகளால் ஆனச் சொல் அது. அது என்னவென்று அவனால் யோசிக்கவே முடியவில்லை. அந்த வேலையைக் கொடுத்த நண்பனிடம் பேசி அது யாருடைய கணினி என்ற தகவலைப் பெற்றான். அது ஒரு பெண்ணுடைய கணினி என்றும் அவள் வேலை பற்றிய தகவலையும் அவள் வைத்திருக்கும் படங்கள் மற்றும் பிற தகவல்களையும் பெற அவனுடைய நண்பன் முயற்சிக்கிறான் என்பதும் தெரிந்தது. அந்தப் பெண்ணின்

பெயரைப் போட்டுத் திறக்கப் பார்த்தான். முடியவில்லை. அந்தக் கணினி வலைத்தளச் சேவையைப் பெறும் நிறுவனத்தின் மூலம் அந்தக் கணினியில் நுழையப் பார்த்தான். அதுவும் முடியவில்லை. அவளைப் பற்றிய தகவல்களை அந்த நண்பனிடம் கேட்டான். அவள் முருகன் மீது தீவிர பக்தி கொண்டிருப்பவள் என்பது மட்டும் அந்த நண்பனுக்குத் தெரிந்திருந்தது. முருகன் பெயரைத் தலைகீழாகப் போட்டவுடன் கணினியில் நுழைய முடிந்தது. அந்தக் கணினியில் முருகன் படங்களைத் தவிர வேறெதுவுமே இல்லை. எந்தக் கோப்பைத் திறந்தாலும் முருகன் படங்கள் மட்டுமே கொட்டின. வங்கி தகவலோ அல்லது அந்தரங்கச் செய்திகளோ, படங்களோ எதுவுமே அந்தக் கணினியில் இல்லை. அவன் நண்பனிடம் இதைச் சொல்லிவிட்டான். அவனுக்கும் ஏமாற்ற மாகிவிட்டது. அவன் ஊடுருவியதையும் அவன் நடவடிக்கைகளையும் கண்காணித்துக் கொண்டிருந்த இணையதள காவல்துறையில் வேலை பார்க்கும் அவள் அவன் இருக்கும் இடத்தைச் சுற்றி வளைத்து அவனை ஏவிய நண்பனுடன் கைது செய்தாள். ●

என்கி எனும் நூலின் வாசகம்

அநுநாக்கி என்ற வேற்றுக்கிரகவாசி இனத்தின் தலைவனான என்கி, பூமியில் வந்து கடவுளாகக் கொண்டாடப்பட்டதைக் குறித்துப் பேசுகிறது என்கி என்ற அந்த நூல். அந்த நூலை எழுதியவர்கள் யார் என இதுவரைத் தெரியவில்லை. அந்த நூலின் சில பிரதிகளை ஒரு நூலகம் மட்டுமே வைத்திருந்தது. அதில் இருக்கும் குறிப்பிடத்தக்க அம்சம் என்னவென்றால் அதை வாசிப்பவர்கள் ஒவ்வொருவருக்கும் அது குறிப்பிட்டப் பொருளைக் கொடுக்கும். அவர்கள் தங்களைப் பற்றியும் தங்கள் வருங்காலம் பற்றியும் ஒரு வாசகத்தை உருவாக்கிக் கொள்ளும் படி அது இருக்கும். மேலும் வாசிப்பவர்களைப் பற்றியும் அந்த நூல் சொல்கிறது என்று எண்ணவைக்கும். அதனால் அந்த நூலை வாசிக்கப் பலரும் அஞ்சினர். அவர்களைக் குறித்து அவர்களே வாசித்தறிவது விநோதமான ஒன்றாக இருந்தாலும் அதில் ஏதோ ஓர் அமானுஷ்யத் தன்மை இருப்பதுபோல் பலருக்கும் தோன்றியதால் அதை வாசிப்பதைத் தவிர்க்கவேண்டும் என வாய்மொழியாக ஒரு நம்பிக்கை பரவிவிட்டது. நான்கு நண்பர்கள் அந்த நூலை வாசித்து அதில் வரும் வாசகம் உண்மையா என்று தெரிந்துகொள்ளப் பெரும் ஆவல் கொண்டனர். அவர்கள் நால்வரும் தனித்தனியாக அந்த நூலை வாசித்தனர். முதலில் வாசித்தவனுக்கு ஆபத்து காத்திருக்கிறது என்ற வாசகம் வந்தது. அது மட்டும் இல்லாமல் மற்ற மூன்று நண்பர்களிடம் கவனமாக இருக்கும்படி அவனைக் குறித்துச் சொல்லப்பட்டது. அடுத்து வாசித்தவனுக்கு ஆபத்துகளின் பின்னால் போகக் கூடாது என்று வந்தது. அவன் விரைவில் ஏமாறக் கூடியவன் அதனால் ஆபத்து என்று தெரியாமல் பின் தொடர்வான் என்று கூறப்பட்டிருந்தது. மூன்றாமவனுக்கு ஆபத்தில் வீழக்கூடும் என்று வந்தது. அவனது அகங்காரத்தால் ஆபத்தில் வீழ்வது தவிர வேறு வழியில்லை

என்று சொல்லப்பட்டது. நான்காமவனுக்கு ஆபத்து என்று தெரிந்து அதிலிருந்து தப்பிக்கவும் மற்றவர்களைக் காக்கவும் வழி தேடவேண்டியிருக்கிறது என வந்தது. மேலும் எல்லா ஆபத்து களையும் தாங்கினாலும் இப்போது வரப்போவதை எதிர்கொள்வது மிகவும் சிரமம் என்று கூறப்படிருந்தது. நால்வருக்கும் எப்படி நண்பர்களாக வந்து அதைப் படித்தது அந்த நூலுக்குத் தெரிந்தது என்ற பெரும் ஆச்சரியம் ஏற்பட்டது. அது சொல்வது போல நடக்குமா அப்படி நடந்துவிட்டால் மிகவும் சிக்கலாகிவிடுமோ என்ற அச்சமும் ஏற்பட்டது. ஓர் உணவு விடுதிக்குச் சென்றார்கள். அவர்களில் ஒருவன் அருகில் இருக்கும் மலை ஒன்றின் உச்சியில் அவனுடைய மூதாதையர்களுக்குச் சொந்தமான ஒரு குடிலைப் பார்த்து வரலாம் என்று அழைத்தான். அந்த நூலை வாசித்தத் தாக்கத்தைக் குறைக்க நால்வரும் கிளம்பினார்கள். மலைப் பாதை குறுகலாக இருந்தது. திடீரென்று மழை பெய்யத் தொடங்கியது. அவர்களை அழைத்தவனுக்கு ஆபத்தை விலைக்கு வாங்கிவிட்டோம் எனத் தோன்றியது. ஒருவனுக்கு அவனுடன் வந்திருக்கக்கூடாது எனத் தோன்றியது. இதையெல்லாம் ஆபத்தாகக் கருதக் கூடாது என பொய்யாக ஒருவன் நம்பினான். ஒருவன் மலைப் பாதையில் மேலே ஏறுவது நல்லதல்ல என்று சொல்லி அப்படியே சில மணி நேரம் நின்றுவிட்டு மெதுவாகக் கீழே இறங்கலாம் என்று அவர்களை அழைத்துவந்தான். அப்படியும் ஆங்காங்கே சறுக்கி உயிரைக் கையில் பிடித்துக் கொண்டுவந்து சேர்ந்தார்கள். ●

பொருத்தம்

அவளுடைய பள்ளிக்கூடம் மற்ற பள்ளிக்கூடங்களிலிருந்து மிகவும் வேறுபட்டது. எல்லாப் பாடங்களையும் பள்ளியில் கற்று கொடுத்து அங்கேயே அவற்றுக்கான தேர்வை எழுத வைத்து மதிப்பெண் கொடுத்துவிடுவார்கள். வீட்டுப் பாடம் இல்லை. மேலும் அவர்களின் அறிவைப் பயன்படுத்தி தேர்வு எழுதவேண்டி யிருக்கும். ஒவ்வொரு மாணவ, மாணவிக்கும் ஒரு கேள்வி கொடுக்கப்படும். அதனால் அவர்கள் தனித்தனியாகச் சிந்தித்து பதில் எழுதுவது போல இருக்கும். பதில் தெரியாது என்ற நிலையே ஏற்படாது. எந்தப் பதில் எழுதினாலும் குறிப்பிட்ட அளவுக்கான மதிப்பெண் கிடைக்கும். அவளுக்கு அன்று ஆசிரியர் அவள் பார்க்கும் நான்கு பொருள்களைக் குறிப்பிடச் சொன்னார். அவள், மரம், நாய், தோழி, கனவு என்ற சொற்களைச் சொன்னாள். ஆசிரியர் பூ, கிளை, வேர், எலும்புத் துண்டு, நன்றி, மோப்பம், நட்பு, உதவி, பேனா, பிரபஞ்சம், இருள், ஒளி என்ற சொற்களைக் கொடுத்து அவள் குறிப்பிட்டுச் சொன்ன சொற்களுடன் ஆசிரியர் கொடுத்தச் சொற்களைப் பொருத்தச் சொன்னார். அவளும் மரத்திற்குப் பூவும் நாய்க்கு நன்றியும் தோழிக்கு நட்பும் கனவுக்கு இருளும் பொருத்தமான சொற்களாக எழுதிக் காட்டினாள். அதற்கு மதிப்பெண் கொடுத்த ஆசிரியர் அவள் ஏன் அந்தச் சொற்களைப் பொருத்தமாக எண்ணினாள் என்பதைக் குறித்து இரண்டு வரியில் காரணத்தை எழுதிவரச் சொன்னார். அவள் வீட்டுக்கு எதிரில் இருக்கும் மரத்தில் பூக்கும் பூவிற்கு எந்தப் பெயரும் இல்லை என்றும் அப்படிப்பட்ட அந்தப் பூவைப் பூக்கும் மரம் அவளுக்கு நெருக்கமான உறவுடையது என்றும் குறிப்பிட்டாள். தான் வளர்க்கும் நாய் இதுவரை குரைத்ததே இல்லை என்றும், எலும்புத் துண்டு அதற்குப் பிடிக்காத உணவு என்றும் எழுதினாள். இதுவரை தனக்கு நெருக்கமான தோழிகள் யாரும் அமையவில்லை என்றும், கண்ணாடியில் தெரியும் தன் பிம்பத்தைத்தான் தன் தோழியாக எண்ணியுள்ளதாகவும் அதனுடன் எப்போதும் நட்பு கொண்டிருப்பதாகவும் கூறினாள். அவள் எப்போதும் கனவு கண்டுகொண்டே இருப்பதாகவும், பள்ளிக்கு வருவதே கனவில்தான் நடப்பதுபோல் தனக்குத் தெரிவதாகவும் அவள் விளக்கினாள். ஆசிரியர் அதைப் படித்துவிட்டு அவளுடைய படைப்புத் திறனுக்காக அதிக மதிப்பெண்ணைக் கொடுத்தார். தான் உண்மை யாக எழுதியதை ஆசிரியர் படைப்பு என சொல்லிவிட்டாரே என ஏமாற்றம் அடைந்தாள். ●

ஆய்வு

அவள் தன் ஆய்வு அறிக்கையை கணினியில் தட்டச்சு செய்து கொண்டிருந்தாள். மிகவும் சிரமப்பட்டுத்தான் அந்த ஆய்வை முடித்திருந்தாள். அதற்கான அறிக்கையைத் தயார் செய்து கொடுத்தால் அதை அவளுடைய வழிகாட்டி திருத்திக் கொடுப்பார். அதன்பின் அதை விரிவாக எழுதவேண்டும். அவள் அந்த அறிக்கையை எழுதிக் கொண்டிருக்கும் போது ஏனோ அது திருப்தியாக இல்லை என்றே அவளுக்குத் தோன்றிக் கொண்டிருந்தது. அடுத்து என்ன செய்வது என்று புரியாமல் தொடர்ந்து விரிவாக எழுதிக் கொண்டிருந்தாள். அவள் கணினிக்குப் பின்புறம் இருந்த சுவரில் ஒரு சிலந்தி சுற்றிக் கொண்டிருந்தது. அவள் கவனத்தைத் தொடர்ந்து அது ஈர்த்துக் கொண்டிருந்தது. அதைப் பார்த்துக் கொண்டே இருந்தாள். அது சட்டென்று கணினியின் மீது ஏறியது. அவளுடைய கணினித் திரையில் அவள் அறிக்கைத் தட்டச்சு செய்து கொண்டிருந்த பக்கத்தில் மேலும் கீழும் நடந்தது. அது என்னவோ சொல்ல வந்தது போலவே அவள் நினைத்தாள். அதைக் கவனித்துக் கொண்டே இருந்தாள். அது கீழிருந்து மேலே போய்விட்டு மீண்டும் குதித்து கீழே வந்து மேலே போனது. அதன் பின் மீண்டும் கணினிக்குப் பின்புறம் இருந்த சுவரில் போய் அமர்ந்துகொண்டது. கீழிருந்து மேலே போனால் என்னப் பொருள் என்று சிந்தித்தாள். தலைகீழாக மாற்றச் சொல்கிறது என்று தோன்றியது. உடனடியாக அவளுக்குள் அந்த ஆய்வறிக்கைக்கான புதிய சிந்தனைகள் தோன்றின. மிகவும் வேகமாக அவற்றை எழுதி முடித்தாள். இப்போது ஆய்வறிக்கை மிகவும் தரமாக வந்தது போல் அவளுக்குப்பட்டது. அதனை எடுத்துச் சென்று வழிகாட்டியிடம் காட்டினாள். அவரும் அதனை வெகுவாகப் பாராட்டினார். அதற்கடுத்து எழுத வேண்டிய குறிப்புகளையும் கொடுத்தார். அடுத்த நாள் அந்தக் குறிப்புகளை வைத்துக் கொண்டு எப்படி எழுதுவது என்று சிந்தித்துக் கொண்டிருந்தாள். அந்தச் சிலந்தி சுவரில் இறங்கி வந்தது. கணினித் திரையின் மீது வந்தமர்ந்தது. கணினி திரையின் மையத்திலிருந்து ஒரு சுற்று வட்டப் பாதையில் நடந்தது. மையப் புள்ளியிலிருந்து தொடங்கி அதனைச் சுற்றி விளக்கவேண்டும் என்கிறது என்று புரிந்துகொண்டாள். அதனை அப்படியே எழுதினாள். ஆய்வு வழிகாட்டி மிகவும் திருப்திகரமான ஆய்வு என்று சொன்னதைக் கேட்டு அந்தச் சிலந்தி அங்கு இருக்குமா என்று தேடினாள். மேலே கூரையின் அருகில் அமர்ந்து அவளை அது பார்த்துக் கொண்டிருந்தது. ●

பூனை உலகம்

அந்த மலைக் குகைதான் பூனைகள் சந்தித்துக் கொள்ளும் இடம். எங்கு வாழ்ந்தாலும் அந்தப் பூனைகள் எல்லாம் ஒரு நாளில் அங்கு வந்து சந்தித்துக் கொள்ளும். அப்போது அவை தங்களின் கவலைகள், துயரங்கள், அச்சங்கள், சாதனைகள், சாகசங்கள் எல்லாவற்றையும் சொல்லிக் கொள்ளும். அவை ஒவ்வொன்றாகச் சொல்லி முடித்தபின் மாலையில் கிளம்பிச் சென்றுவிடும். அன்று அப்படி அவை அனைத்தும் சந்தித்துக் கொண்டன. ஒவ்வொரு முறையும் இப்படிச் சந்திக்கையில் குறை கூறி அழுவதும், பின் அளவளாவி சிரிப்பதும் சலிப்பை ஏற்படுத்துவதாக பல பூனைகள் சொல்லிவிட்டன. அதனால் புதுமையாகத் தங்களின் அனுபவங்களைச் சொல்லவேண்டும் எனவும் அப்படி மிகவும் புதுமையாகச் சொல்லும் பூனைக்கு அடுத்த முறை சந்திக்கையில் அவை வளரும் வீட்டிலிருந்து நல்ல உணவு எடுத்துவருவதாகவும் உத்தரவாதம் தரப்பட்டது. பூனைகள் உடனே சில நிமிடங்கள் அதற்கு ஆயத்தமாயின. ஒவ்வொரு பூனையும் ஒன்றைச் செய்தது. ஒன்று தன் வீட்டுக் குழந்தை ஆங்கிலத்தில் பாடும் குழந்தைப் பாடலைப் போல் பாடி தன் துயரைச் சொல்லியது. மற்றொன்று தன்னை வளர்ப்பவர் பார்க்கும் ஆங்கிலப் படத்தில் வந்த நடிகரைப் போல நடித்து தன் சாகசங்களை வரிசையிட்டது. வேறொன்று பூனை நடை நடந்து வந்து தன்னை வளர்க்கும் பெண் தன்னைப் போல் நடப்பதில் தனக்குப் போட்டியாக இருப்பதாகப் பெருமைபட்டது. இன்னும் ஒன்று தன்னை அடிக்கடி ஒரு கண்ணாடியில் பார்த்த போது நேர்ந்த அனுபவத்தைச் செய்து காட்டியது. மற்றும் ஒன்று எல்லா பூனைகளும் மனிதர்களைப் போல் நடந்துகொள்வதாகவும் பூனைகள் போல் இருப்பதை மறந்துவிட்டன என்றும் கூறிவிட்டு உண்மையில் தான் புலிக்குப் பிறந்த பூனை என்றும் அதனால் புலிப்பாய்ச்சலில் கழுகையும் நாயையும் துரத்தியதைச் சொல்லி தன் இனத்தின் மானத்தை அனைவரும் காக்கவேண்டும் என மற்ற பூனைகளை எழுச்சியூட்டியது. அதிலிருந்து பூனைகள் எல்லாம் அவர்களை வளர்ப்பவர்களின் குணாம்சங்களைக் குறித்து கேலியும் கிண்டலுமாகப் பேசிச் சிரித்தன. ஒரு பூனை மட்டும் எதிலும் கலந்து கொள்ளாமல் அமைதி காத்தது. அதனை அழைத்து அதன் அமைதிக்கான காரணத்தைக் கேட்டன மற்ற பூனைகள். தன்னை

வளர்ப்பவளின் சிந்தனையைத் தான் தொடர்வதாகவும், அவளுக்கு எந்தத் துயரம் வந்தாலும் தன்னிடம் மட்டுமே பரிமாறிக் கொள்வதாகவும், அதனைத் தீர்த்து வைப்பதற்காகவே தான் இருப்பதாகவும் அது கூறியது. எப்படி இந்த ஞானம் வந்தது என அவை கேட்டன. தன் குழந்தைகளைப் பலரும் கொன்றுவிட்ட பின் அந்தப் பெண்தான் அவளை ஆதரித்ததாகவும், அதனால் அவளுக்கு உதவுவதாகவும் கூறியது. அதைக் கேட்டு மற்ற பூனைகள் அதனை எள்ளி நகையாடின. அந்தப் பூனை அவை சிரிப்பதைப் பொருட்படுத்தாமல் அங்கிருந்து தான் உடனடியாகப் போக வேண்டும் எனவும், தன்னை வளர்ப்பவள் அழுது கொண்டிருப் பதாகவும், அவள் துயரைத் தீர்க்காவிட்டால் அவள் இறந்துபோகவும் வாய்ப்பிருப்பதாகவும், அவள் இறந்தால் அடுத்த வேளை உணவுக்காக அது அலைய வேண்டியிருக்கும் எனவும் சொல்லி விட்டு அந்தப் பூனை ஓடிவிட்டது. மற்ற பூனைகள் அதனைப் பின்தொடர்ந்து அது சொல்வது உண்மையா என ரகசியமாக நோட்டம் விட்டன. அதை வளர்க்கும் வீட்டின் கதவருகில் போய் அது கத்தியது. அந்தப் பெண் அழுதுகொண்டே வந்து திறந்தாள். அதைத் தூக்கிக் கொஞ்சிவிட்டு அழுதுகொண்டே ஏதோ அதன் காதில் சொன்னாள். அது ஒரே ஒரு முறை மியாவ் என்றது. ஓரக்கண்ணால் அதனைப் பின்தொடர்ந்த மற்ற பூனைகளை ஒரு முறை பார்த்தது. அவை ஓடிச் சென்று மறைந்தன. அந்தப் பூனை மனிதனாக முயற்சிக்கிறது எனவும், அதனால் அதைத் தங்கள் இனத்திலிருந்து விலக்க வேண்டும் எனவும் எல்லாப் பூனைகளும் ஒருமனதாகத் தீர்மானம் நிறைவேற்றின. ●

365

அவளுக்கு ஓர் ஆண்டு முழுவதும் தினம் கனவுகள் வந்தன. எல்லாமே ஏதோ ஒரு வகையில் ஒற்றுமை கொண்டிருந்தன. அவற்றை எண்ணிப் பார்த்தால் அவளுக்கு விநோதமாகவும் ஆச்சரியமாகவும் இருந்தது. ஆண்டின் முதல் நாளிலிருந்து தொடங்கி தினம் ஒருவன் ஏதோ ஒரு விதமான புதிய செய்தியுடன் வந்தான். முதல் நாள் வந்தவன் ஊமை போல் இருந்தான். ஆனால் அவனுடைய முகத்தை அவளால் காண முடியவில்லை. அடுத்த நாள் நாய்க்குப் பயிற்சி அளிப்பவன் போல ஒருவன் வந்தான். அவன் பல நாய்களை மேய்த்துக் கொண்டிருந்தான். அவன் முகத்தையும் அவளால் நினைவில் வைத்துக் கொள்ள முடியவில்லை. அடுத்த நாள் பேருந்து ஓட்டுபவன் போல் ஒருவன் வந்தான். அவன் பேருந்தில் அவள் பயணம் செய்துகொண்டிருந்தாள். அவள் மட்டும் தனியாக அந்தப் பேருந்தில் பயணித்துக் கொண் டிருந்தாள். அவன் பேசியது அவள் காதில் விழவில்லை. அடுத்தடுத்த நாள்களில் தையல்காரன், படகோட்டி, மீனவன், மருத்துவன், ஆடை வடிவமைப்பாளன், ஓவியன், சோதிடன், வானியல் நிபுணன், அறிவியலாளன், நாவிதன், வணிகன், எழுத்தாளன், தச்சன், நகை செய்பவன், நடிகன், காவலாளி, அரசியல்வாதி, விவசாயி, மருத்துகளை உற்பத்தி செய்பவன், இன்னும் பல வேலைகளைச் செய்பவர்கள் தினம் ஒருவராக வந்தனர். ஆனால் யாருடைய முகத்தையும் அவளால் காண முடியவில்லை. அவர்கள் எல்லோரும் அவளை மிகவும் விரும்பினார்கள். அவர்களின் மென்மையான நடத்தையும் நல்ல நேர்மையான பழகும் விதமும் அவளை ஈர்த்தது. இதில் யாரை அவள் விரும்பவேண்டும் என அவளுக்குப் புரியவில்லை. ஏன் இத்தனை பேர் கனவில் வந்தார்கள் என்றும் அவளுக்குத் தெரியவில்லை. இவர்களில் யாருடைய முகத்தையாவது நினைவில் கொண்டுவரலாம் என அவள் எடுத்த முயற்சிகள் எல்லாம் வீணாயின. இதில் யாரையும் அவளால் தொடர்ந்து

நினைவில் வைத்துக் கொள்ளவும் முடியவில்லை. இவர்கள் எல்லோருமே அவளை எங்காவது கண்டு அவளது கனவில் நுழைந்தவர்களாக இருக்கலாம் என எண்ணிக் கொண்டாள். தினமும் கனவில் கண்டவர்கள் பகலில் அவளை அலைக்கழித் தார்கள். அவர்களைக் காணவேண்டும் போல் அவள் பெரும் ஏக்கம் கொண்டாள். ஆனால் அவர்களில் ஒருவரைக் கூட அவள் நேரில் கண்டதில்லை. ஆண்டின் இறுதி நாள் அன்று கனவு வந்தால் அதில் வருபவரைச் சரியாக நினைவில் வைத்துக் கொள்ள வேண்டும் என முடிவெடுத்துவிட்டுத் தூங்கினாள். கனவில் தங்கமயிலில் முருகன் தோன்றினான். அவள் உடனே எழுந்துவிட்டாள். அடுத்த ஆண்டின் முதல் நாளிலிருந்து அவள் கனவில் யாரும் வருவதில்லை. ●

குறிப்புகள்